सकाळ प्रकाशन

स्त्रियांचे आजार आणि उपचार

डॉ. अविनाश भोंडवे
एम.बी.बी.एस., एफ.सी.जी.पी. (HON)

१९८४पासून पुण्यात फॅमिली डॉक्टर म्हणून कार्यरत असलेले डॉ. अविनाश भोंडवे इंडियन मेडिकल असोसिएशन, पुणेचे अध्यक्ष म्हणून कार्यरत आहेत. याखेरीज, आय.एम.ए. कॉलेज ऑफ जनरल प्रॅक्टिशनर्स, युनेस्को चेअर फॉर बायोएथिक्स या आणि अशा अनेक नामांकित संस्थांचे ते सक्रिय पदाधिकारी आहेत.

वैद्यकीय विश्वातील माहिती ललित शैलीत व सहज सोप्या भाषेत सांगण्याच्या हातोटीमुळे त्यांची आजवर ११ पुस्तके प्रकाशित झाली आहेत. आजतागायत त्यांचे सुमारे ५०००पेक्षा जास्त आरोग्यविषयक लेख विविध वृत्तपत्रांत, मासिकांत आणि नियतकालिकांत प्रकाशित झाले आहेत. विविध मासिकांमध्ये त्यांच्या सात एकांकिका व २० कथा प्रसिद्ध झाल्या आहेत. आरोग्य विश्लेषक म्हणून मराठी आणि इंग्रजी वृत्तवाहिन्यांवर १०००पेक्षा जास्त मुलाखती आणि आरोग्यविषयक सल्ला त्यांनी दिला आहे. शाळा, महाविद्यालये, रोटरी क्लब, सामाजिक संस्था, शैक्षणिक संस्था, ज्येष्ठ नागरिक संघ इत्यादींमधून सुमारे २०००पेक्षा जास्त आरोग्यविषयक भाषणे त्यांनी दिली आहेत. तारुण्यात पदार्पण करणाऱ्या किशोरवयीन मुलांसाठी सुमारे १५०० पेक्षा अधिक कार्यशाळांचे आयोजनही केले आहे.

डॉक्टर ऑफ द इयर पुरस्कार, आरोग्यविषयक वृत्तपत्रीय लेखन, ग्रंथलेखन आणि आरोग्य जागृतीपर व्याख्यानांसाठी राज्यस्तरीय डॉ. सुरेश नाडकर्णी मित्र मंडळ पुरस्कार, कोरोना वॉरिअर पुरस्कार, पुणे मराठी ग्रंथालयातर्फे ना. के. बेहेरे पुरस्कार, मराठी विज्ञान परिषद, मुंबईतर्फे उत्कृष्ट लेखन पारितोषिक अशा असंख्य पुरस्कारांचे ते मानकरी आहेत.

स्त्रियांचे आजार आणि उपचार

डॉ. अविनाश भोंडवे

सकाळ प्रकाशन

सकाळ प्रकाशन

Striyanche Aajar aani Upchar

© Dr. Avinash Bhondawe

स्त्रियांचे आजार आणि उपचार

© डॉ. अविनाश भोंडवे

सकाळ मीडिया प्रा. लि.
५९५, बुधवार पेठ, पुणे ४११ ००२
०२०-२४४० ५६७८/८८८८८ ४९०५०
www.sakalmediagroup.com
sakalpublications.com
sakalprakashan@esakal.com

प्रथम आवृत्ती : मे २०२१
तृतीय आवृत्ती : ऑक्टोबर २०२२

The views expressed in this book are those of the Authors and do not necessarily reflect the views of the Publishers.

ISBN : 978-93-89834-57-4

संपादन : ऐश्वर्या कुमठेकर
मुखपृष्ठ : मधुमिता शिंदे
मुद्रितशोधन व मांडणी : अश्विनी महाजन

दुर्धर आजाराला आयुष्यभर खंबीरपणे तोंड देणाऱ्या
कै. भारती भालचंद्र खैरे यांच्या स्मृतीस अर्पण

मनोगत

स्त्रियांचे आरोग्य हा आपल्या भारतातला एक गहन प्रश्न आहे. त्यामागे पारंपरिक सामाजिक रूढी, कौटुंबिक दुर्लक्ष आणि सरकारी पातळीवरील हेळसांड अशी अनेक कारणे आहेत. पण स्त्रियांची स्वतःच्या आरोग्याबाबतची अनास्था आणि विशेष म्हणजे आरोग्यसाक्षरतेचा अभाव ही कारणेदेखील महत्त्वाची ठरतात.

सध्या स्त्रियांच्या सक्षमतेला विशेष महत्त्व दिले जात आहे. आपल्या समस्या सोडवण्यासाठी स्त्रिया स्वतःच पुढे येत आहेत. सामाजिक स्थिती आणि व्यावसायिक पातळीवरील परिस्थिती गेल्या दहा-पंधरा वर्षांत कमालीच्या वेगाने आणि जाणीवपूर्वक बदलते आहे. मैदानी खेळापासून अवकाशयात्री बनण्यापर्यंत आणि गावच्या सरपंचपदापासून आंतरराष्ट्रीय व्यापारी कंपन्यांच्या प्रमुखपदापर्यंत स्त्रियांनी बाजी मारली आहे. परंतु, महिलांच्या आरोग्याबाबतचे प्रश्न आजही तेवढेच गंभीर आहेत. अशिक्षित, अर्धशिक्षित स्तरापासून सर्वोच्च सामाजिक स्थानापर्यंत असलेली स्त्री कुटुंबाच्या आरोग्यासाठी झटताना दिसते; पण वैयक्तिक आरोग्याकडे तितकीच डोळेझाक करताना आढळते.

आज एकविसाव्या शतकातसुद्धा ॲनिमिया, कर्करोग, गरोदरपणातील काळजी, प्रसूतिदरम्यान होणारे मृत्यू, प्रसूतिपश्चात होणारे आजार याबाबत बहुसंख्य भारतीय स्त्रिया अनभिज्ञ आहेत. त्यामध्ये भर पडली आहे ती म्हणजे नव्या जीवनशैलीने प्रदान केलेले उच्च रक्तदाब, मधुमेह, हृदयविकार, पाळीचे आजार, स्थूलत्व अशा अनेक विकारांची. या सगळ्या आरोग्यसमस्यांच्या मूलभूत ज्ञानाबाबत आणि पर्यायाने त्यांचा प्रतिबंध आणि उपचार यात आजची सर्वसामान्य स्त्री अनेक पावले मागे पडलेली लक्षात येते.

माता, भगिनी, मुलगी, पत्नी, सहकारी अशा अनेक नात्यांनी वावरणाऱ्या या महिलांच्या आरोग्यविषयक सर्वसाधारण समस्यांबाबत त्यांना सुजाण करण्यासाठी या पुस्तकाद्वारे केलेला हा एक अल्पप्रयत्न आहे. वैद्यकीय ज्ञान अपरंपार आहे आणि खूप गहनही आहे; पण त्यातील मूलभूत संकल्पना या आजच्या स्त्रियांच्या आरोग्यविषयक सक्षमतेसाठी गरजेच्या आहेत.

'सकाळ प्रकाशन'चे प्रमुख आशुतोष रामगीर व संपादक ऐश्वर्या कुमठेकर यांनी सातत्याने केलेल्या पाठपुराव्यामुळे या पुस्तकाला मूर्त स्वरूप प्राप्त झाले. दया साळगावकर यांनी केलेल्या संपादकीय सूचना, मधुमिता शिंदे यांनी सजवलेले मुखपृष्ठ, अश्विनी महाजन यांनी केलेली मांडणी यामुळे हे पुस्तक दृश्य स्वरूपात मनात भरते आहे, हे नक्कीच! या पुस्तकातील अनेक लेख यापूर्वी 'सकाळ साप्ताहिका'मधून प्रसिद्ध झाले आहेत. त्याबाबत ऋता बावडेकर, माधव गोखले आणि इरावती बारसोडे यांचा मी वैयक्तिक ऋणी आहे.

स्त्रीशक्तीला वंदन!

– डॉ. अविनाश भोंडवे

अनुक्रमणिका

- भारतातील स्त्री आरोग्याची सद्य:स्थिती ... ११
- मासिक पाळीचे विकार ... १३
- शारीरिक त्रास ... २१
- गरोदर स्त्रियांमधील मधुमेह ... २९
- गर्भवती स्त्रियांचे लसीकरण अत्यावश्यक ... ३३
- मातृदुग्ध पेढी : बालकांना जीवनदान देणारी संकल्पना ... ३८
- वंध्यत्व ... ४१
- गर्भाशयाची शस्त्रक्रिया (हिस्टरेक्टॉमी) ... ४८
- बीजांडकोषातील गाठी ... ५४
- थायरॉईडचे आजार ... ५९
- रजोनिवृत्ती ... ६५
- स्त्रियांमधील कर्करोग ... ७२
- स्त्रियांमधील मनोविकार ... ७९
- स्त्रियांमधील भावनिक समस्या ... ८६
- स्त्रियांमधील व्यसनाधीनता ... ९०
- महिलांमधील तारुण्याचा ध्यास ... ९७

भारतातील स्त्री आरोग्याची सद्य:स्थिती

जगातील सर्व देशांत स्त्रियांचे आयुर्मान पुरुषांपेक्षा एक ते दहा वर्षे जास्त असते; पण भारतात स्त्रियांचे आयुर्मान पुरुषांएवढेच आहे. कुठे जातात ही ज्यादा वर्षे? भारतात स्त्रियांच्या आरोग्याकडे तिच्या कुटुंबाकडून, समाजाकडून आणि तिच्या स्वत:कडून जे दुर्लक्ष सातत्याने होत आलेले आहे, त्यामुळे तिच्या आयुर्मानातून ही वर्षे कमी होतात.

आरोग्य म्हणजे केवळ आजार नसणे नव्हे; तर शारीरिक, मानसिक, आणि सामाजिकदृष्ट्या पूर्णपणे स्वस्थ असणे! जागतिक आरोग्य संघटनेने १९७८मध्येच ही गोष्ट अधोरेखित केलेली आहे. आरोग्यमय होण्यासाठी फक्त शरीर आणि मन व्यवस्थित असून भागत नाही; तर सामाजिक कार्यक्रमात अग्रेसर राहणे आणि स्वतंत्रपणे आर्थिक, सामाजिक जबाबदाऱ्या हिरिरीने पार पाडणे या गोष्टीसुद्धा घडाव्या लागतात.

कोणत्याही देशाची आर्थिक प्रगती त्या देशवासीयांच्या आरोग्याशी घट्ट निगडित असते. साहजिकच, भारतीय स्त्रियांच्या आरोग्यविषयक समस्यांकडे होणारे दुर्लक्ष हा देशाच्या सर्वांगीण आणि विशेषत: आर्थिक प्रगतीतला मोठा अडसर ठरतो.

महिलांच्या प्रमुख आरोग्यसमस्या

ॲनिमिया

संपूर्ण जगात भारतीय स्त्रियांमध्ये लोहाचे प्रमाण सर्वांत कमी असल्याचे आढळून आले आहे. ६५ ते ७५ टक्के कुमारवयीन मुली ॲनिमिक आहेत. याचा परिणाम देशाच्या भावी पिढीवर होणार आहे. कारण आजची कुमारिका उद्याची होणारी माता आहे. निरोगी माताच निरोगी बाळाला जन्म देऊ शकते. याकरिता वयाच्या बाराव्या वर्षी हिमोग्लोबिनचे प्रमाण १२ टक्के असावे लागते. दर महिन्याला येणाऱ्या मासिक पाळीमुळे लोहाचे प्रमाण कमी होत जाते, याकरिता मुलांपेक्षा मुलींच्या आहाराकडे मातापित्यांनी जास्त लक्ष दिले पाहिजे. पोटातील जंत तसेच मलेरिया या कारणांमुळेदेखील रक्तातील हिमोग्लोबिन कमी होत जाते. साहजिकच, त्यावर ताबडतोब उपाय करणे जरुरीचे असते.

वाढत्या वयात मुलांमुलींना समतोल आहाराची गरज असते. रोजच्या वरणभात-भाजी-पोळीबरोबर मोड आलेली कडधान्ये, अळीव, बाजरी, नाचणी, सोयाबीन, पालेभाज्या, दूध, दही, ताक, फळे, अंडी, शेंगदाणे, खजूर वगैरेंचा समावेशही झाला पाहिजे. मांसाहारी कुटुंबांमध्ये मुलींना आणि स्त्रियांना तेवढ्याच प्रमाणात मांसाहार मिळायला हवा. मैद्याचे पदार्थ व तेलकट पदार्थ आरोग्याला घातक असतात. उपासतापास, व्रतवैकल्ये यामुळे स्त्रिया महिन्यातले अनेक दिवस योग्य पोषणमूल्ये आणि अन्नघटक असलेला आहार घेत

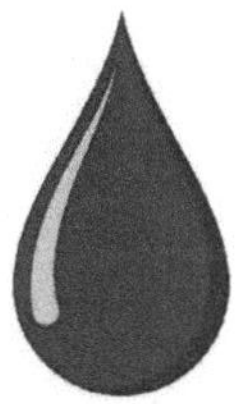

तुम्हांला ठाऊक आहे?

- स्त्रियांना आवश्यक हिमोग्लोबिनचे प्रमाण १२.१ ते १५ टक्के
- भारतीय स्त्रियांमध्ये हे प्रमाण अतिशय कमी
- भारतात ५३ टक्के स्त्रिया ॲनिमिक
- गरोदर स्त्रियांमध्ये ५० टक्के ॲनिमियाग्रस्त

नाहीत. भारतामध्ये ॲनिमियाचे हेसुद्धा मुख्य कारण आहे. अशा अतिधार्मिक संकल्पना स्त्रियांवर आणि मुलींवर लहानपणापासून घरातल्या ज्येष्ठांकडून परंपरेने लादल्या जातात. साहजिकच, याबाबतीत विचार होणे आवश्यक आहे.

मासिक पाळीपूर्वीचा त्रास

पाळी येण्यापूर्वी एक ते दोन आठवडे अनेक जणींना पोटात दुखणे, पोट फुगल्यासारखे वाटणे, छाती आणि स्तनांमध्ये वेदना होणे, पोट साफ न होणे, हातापायांचे सांधे दुखणे, स्नायू दुखणे, चेहऱ्यावर मुरमे येणे, कधी खूप राग येणे, कधी निराशा वाटणे तर कधी अचानक आनंदित होणे, सतत मूड बदलणे, असे अनेक त्रास तिला होत राहतात.

अनियमित मासिक पाळी

अनियमित पाळीचा पॉलीसिस्टीक ओव्हेरियन डिसीज, पाळीमध्ये अंगावरून खूप रक्तस्त्राव होण्याचा एन्डोमेट्रिओसिस, फायब्रॉइड्स यासारखे विकार, योनिमार्गातील जंतुसंसर्ग यामुळे होणारा त्रास या वयातल्या अनेक स्त्रियांना होत असतो.

मूत्रमार्गाचे विकार

तरुण स्त्रियांमध्ये मूत्रमार्गात जंतुसंसर्ग होऊन जळजळ होणे, मूत्रमार्गातून रक्तस्त्राव होणे, मूत्रमार्गाला, मूत्राशयाला आणि मूत्रपिंडांना सूज येणे असे आजार होतात.

याखेरीज, प्रसूतिकालीन आणि प्रसूतिपश्चात आजार, मधुमेह, हृदयविकार असे अनेकविध आजार स्त्रियांच्या आरोग्यावर विपरीत परिणाम करतात. बालवयात तसेच किशोरवयीन अवस्थेत होणारे लैंगिक शोषण, वैवाहिक जीवनातही मनाविरुद्ध होणारे शारीरिक शोषण, लादलेली प्रसूती, गर्भपात, मिळणारी हीन दर्जाची वागणूक यामुळे स्त्रियांना चिंता, अस्वस्थता, अशा अनेक मानसिक व्याधींनाही सामोरे जावे लागते. त्यांचा सविस्तर विचार आपण या पुस्तकात करणार आहोत.

संपूर्ण राष्ट्रीय आरोग्याच्या संकल्पनेत महिलांच्या आरोग्याला अनन्यसाधारण महत्त्व आहे. देशातील महिलांचे आरोग्य निरामय राहिले तर त्याचा परिणाम निश्चितपणे देशाच्या सर्वांगीण विकासासाठी होऊ शकेल. भारतीय महिलांचे आरोग्य ही एक चिंतेची आणि चिंतनाची बाब बनली आहे. स्त्रियांच्या शारीरिक, मानसिक आणि सामाजिक आरोग्याची जपणूक आणि आरोग्याचा विकास लहानपणापासूनच व्हायला हवा. या गोष्टीशी प्रत्येक कुटुंबाने आणि समाजाने कटिबद्ध राहायला हवे.

❒❒❒

मासिक पाळीचे विकार

बालपण, तारुण्य आणि वार्धक्य हे जीवनातील तीन मुख्य टप्पे. या प्रत्येक टप्प्यात शरीराच्या अंतर्गत आणि बाह्य स्वरूपात बदल होत असतात. या बदलात शरीरातील संप्रेरके (हार्मोन्स) महत्त्वाची भूमिका बजावतात. लहान मुलगी तारुण्यात पदार्पण करताना तिच्या शरीरात आणि शरीरक्रियांमध्ये अनेक बदल होतात. किशोरवयातील मुलीला येणारी मासिक पाळी म्हणजे 'कळी उमलू लागली आहे' हा संदेश असतो.

तारुण्यात पदार्पण केल्यापासून रजोनिवृत्ती होईपर्यंतच्या कालावधीत स्त्रियांमध्ये मासिक पाळी ही जीवनातली महत्त्वाची बाब असते. पाळी नियमित येणे म्हणजे तिच्या शरीरातील क्रिया योग्य पद्धतीने कार्य करत असल्याचे लक्षण असते. या कालावधीत गर्भवती असताना, बाळाला स्तनपान करताना काही काळ पाळी थांबण्याचे अपवाद वगळता, उर्वरित काळात मासिक पाळी नियमितपणे येत असते.

मासिक पाळी अनियमित येणे, पाळी येण्यापूर्वी किंवा पाळीच्या दरम्यान वेदना होणे, मासिक पाळीमध्ये जास्त प्रमाणात आणि जास्त दिवस रक्तस्राव होणे अशी लक्षणे स्त्रीच्या आरोग्याबाबत गंभीर समस्यांची चिन्हे असू शकतात. मासिक पाळी अनियमित येणे ही स्त्रीबाबत वंध्यत्वाची समस्या निर्माण करू शकते.

मासिक पाळीबाबत मूलभूत माहिती

मुलगी तारुण्यात प्रवेश करते, तेव्हा तिच्या शरीरातील इतर बदलांबरोबरच एक घटना तिच्या आयुष्यात घडू लागते. तिला सर्वसाधारणपणे दर २८ दिवसांनी गर्भाशयातून योनिमार्गाद्वारे रक्तस्राव होऊ लागतो. यालाच 'मासिक पाळी' म्हणतात.

स्त्रियांमध्ये दोन बीजांडकोष असतात. या दोन्ही बीजांडकोषांमध्ये मिळून सर्वसाधारणपणे साडेचार लाख बीजे जन्मजात असतात. जेव्हा मुलगी १० ते १४ वयोगटात येते, तेव्हा तिला मासिक पाळी सुरू होते. पहिली पाळी येण्याच्या घटनेला 'मेनार्की' म्हणतात.

मासिक पाळीचा स्राव सुरू झाल्याच्या दिवसाला पाळीचा पहिला दिवस मानतात. त्या दिवसापासून पुढच्या पाळीपर्यंतच्या काळास मासिक पाळीचे चक्र म्हणतात. सर्वसाधारणपणे हे चक्र २८ दिवसांचे असते; परंतु हे २३ ते ३५ दिवसांपर्यंत कमी-जास्त दिवसांचे असू शकते.

स्त्रियांची मासिक पाळी सर्वथा संप्रेरकांच्या प्रभावाद्वारे नियंत्रित होते. मानवी मेंदूमध्ये हायपोथॅलॅमस नावाचा एक भाग असतो. तेथून शरीरातील सर्व संप्रेरकांवर नियंत्रण ठेवणारी संप्रेरके निर्माण होतात. तिथे तयार होणाऱ्या गोनॅडोट्रॉपिन रीलिजिंग हार्मोनमुळे मेंदूच्या आणखीन एका संप्रेरके निर्माण करण्यास

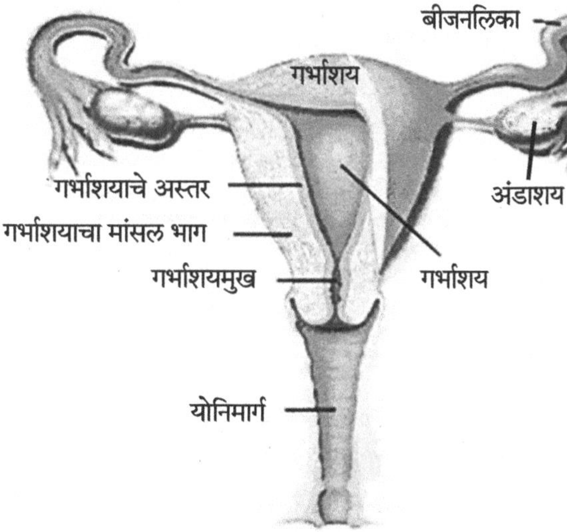

जबाबदार भागात, ज्याला पिट्युटरी ग्रंथी म्हणतात, त्याद्वारे ल्युटेनायझिंग हार्मोन (एलएच) आणि फॉलिकल स्टिम्युलेटिंग हार्मोन (एफएसएच) नावाची संप्रेरके निर्माण होतात.

एफएसएचद्वारे बीजांडकोषामधील स्त्रीबीजांवर प्रक्रिया होते आणि ती पक्व होण्यास सुरुवात होते. बीजांडकोषांमध्ये असंख्य छोटे कोष असतात. एका छोट्या कोषात साधारणपणे १५ ते २० बीजांडांचा समूह असतो. एफएसएचच्या प्रभावाने हे छोटे कोष पक्व होऊ लागतात. पाळीच्या चौदाव्या दिवशी एलएच या संप्रेरकाच्या पातळीमध्ये अचानक एक भरती येते. या भरतीच्या परिणामस्वरूप पक्व झालेल्या या छोट्या कोषातून, त्यानंतर साधारणपणे २४ ते ३६ तासाने एक बीज बाहेर पडते. यालाच अंडमोचन किंवा बीजकोष फुटून स्त्री-बीज बाहेर येण्याची क्रिया (ओव्ह्युलेशन) म्हणतात.

- हे स्त्रीबीज फक्त २४ तासच कार्यरत राहते.
- दर महिन्याला केवळ एक बीज पक्व होऊन बीजांडकोषाच्या बाहेर पडते.
- हे बीज दोन्हीपैकी कोणत्याही एका कोषातून मुक्त होते.
- बीज बाहेर पडल्यानंतर त्या छोट्या कोषाला कॉर्पस ल्युटियम म्हणतात. या कॉर्पस ल्युटियमद्वारा 'प्रोजेस्टेरॉन' नावाचे संप्रेरक निर्माण होते.
- बाहेर पडलेले हे बीज स्त्री-बीजनलिकेद्वारे झेलले जाते.
- बीजनलिकांच्या आकुंचन-प्रसरण पावत पुढे सरकणाऱ्या गतीमुळे ते गर्भाशयाकडे सरकत जाते.

या दिवसांत, प्रोजेस्टेरॉनद्वारे गर्भाशयाच्या आतील अस्तरातील मांसपेशी आणि रक्तवाहिन्यांची मोठ्या प्रमाणात वाढ होते. ही सर्व तयारी गर्भधारणेसाठी असते. कारण अंडमोचन क्रियेनंतर २४ तासांत स्त्री-बीजाचे शुक्रजंतूसमवेत मीलन झाले, तर होणाऱ्या फलित बीजाचे गर्भात रूपांतर होऊन त्याची पुढील वाढ गर्भाशयात होणार असते. त्यामुळे असे मीलन झाल्यास, फलित बीज गर्भाशयात जाते आणि प्रोजेस्टेरॉनद्वारे पुढील काळात मासिक पाळी येण्याची प्रक्रिया बंद होते.

परंतु, बीजाचे शुक्रजंतूसमवेत मीलन झाले नाही तर प्रोजेस्टेरॉनची निर्मिती पूर्णपणे कमी होते. परिणामतः विकसित झालेल्या गर्भाशयाच्या आतील अस्तरातील मांसल पेशी आणि रक्तवाहिन्या गर्भाशयामधून रक्तस्रावाच्या स्वरूपात योनिमार्गाद्वारे शरीराबाहेर उत्सर्जित होतात. उत्सर्जनाच्या या क्रियेलाच 'मासिक पाळी' म्हणतात.

मासिक पाळीची क्रिया साधारणपणे तीन-चार दिवस चालू राहते. सर्वसामान्यपणे १५ ते ८० मिली रक्त या काळात स्रवते. स्त्रियांच्या वयाच्या ४५ ते ५० वयापर्यंत मासिक पाळी येत राहते. त्यानंतर ती बंद होते. याला 'रजोनिवृत्ती' म्हणतात.

मासिक पाळीचे विकार

१. डिस्मेनोरिया

वेदनामय मासिक पाळी म्हणजे डिस्मेनोरिया. या वेदना एकतर पाळी येण्यापूर्वी किंवा पाळीच्या दरम्यान असू शकतात. तसे पाहिले तर ही अनेक तरुण स्त्रियांमध्ये आढळणारी सर्वसामान्य समस्या असते. सर्वसाधारणपणे ५० टक्के स्त्रियांना हा त्रास आयुष्यात झालेला असतो. काहींना मासिक पाळीच्या संपूर्ण कालावधीत वेदना होतात. पोटात किंवा ओटीपोटात दुखणे, कंबर दुखणे असे त्रास होतात.

डिस्मेनोरियाचे दोन प्रकार असतात :

अ) प्रायमरी डिसमोनोरिया : हा डिस्मेनोरियाचा सर्वसामान्य प्रकार आहे. यामध्ये गर्भाशयाचे नवे अस्तर गर्भाशयापासून विलग होण्यासाठी गर्भाशय आकुंचन पावते, त्यामुळे वेदना होतात. किशोरवयीन मुलींना त्यांच्या पहिल्या मासिक पाळीपासून काही काळ हा त्रास होतो. बहुतेक मुलींमध्ये त्या वयाने जसजशा मोठ्या होतात, तसतशा या वेदना कमी होत जातात. परंतु काही जणींत या वेदना अनेक वर्षे होत राहतात. मात्र, ज्या मुलींमध्ये –

- अकराव्या वर्षाच्या आधी मासिक पाळी सुरू होते,
- ज्यांना जास्त दिवस रक्तस्राव राहतो किंवा अंगावरून जास्त जाते,
- ज्या मुली धूम्रपान करतात,
- ज्या मुलींचे दैनंदिन आयुष्य खूप तणावग्रस्त असते, अशांना हा त्रास जास्त प्रमाणात होतो.

उपाय : याच्या उपचारात एनएसएआयडी पद्धतीची दाह कमी करणारी औषधे उपयुक्त ठरतात. त्यामुळे त्यांच्या वेदना नियंत्रित होतात, त्याचप्रमाणे रक्तस्राव जास्त होत असल्यास तोही कमी होतो.

ब) सेकंडरी डिस्मेनोरिया : सामान्यतः आरोग्याच्या वेगळ्या समस्येमुळे उद्‌भवू शकणारा हा त्रास असतो. वयस्कर झाल्यावर दुय्यम डिस्मेनोरियामुळे वेदनामय मासिक पाळी येऊ शकते. या वेदना सामान्य मासिक पाळीपेक्षा जास्त काळ टिकतात. या प्रकारची वेदनामय मासिक पाळी येण्याची अनेक कारणे असतात :

- **एन्डोमेट्रिओसिस :** गर्भाशयाच्या आतील आवरणाला एन्डोमेट्रियम म्हणतात. या एन्डोमेट्रियमच्या पेशी जेव्हा गर्भाशय वगळता बीजांडकोष, बीजवाहक नलिका आणि अन्य दूरस्थ अवयवांमध्ये वाढू लागतात, त्याला एन्डोमेट्रिओसिस म्हणतात. इस्ट्रोजेन संप्रेरकाच्या पातळीत मासिक बदलांच्या प्रतिसादात, गर्भाशयावरील नव्या अस्तराबरोबर या पेशीही इतर

अवयवांपासून विलग होतात आणि जास्त प्रमाणात रक्तस्राव सुरू होतो. त्यामुळे ओटीपोटात सूज येणे आणि वेदना होऊ शकतात.

- **फायब्रॉइड्स :** गर्भाशयाच्या आतील बाजूस किंवा गर्भाशयाच्या मांसल भागात वाढणाऱ्या गाठी म्हणजे फायब्रॉइड्स. त्यांना ट्यूमर मानले जाते. पण, सहसा त्या कर्करोगाच्या गाठी नसतात. फायब्रॉइड्स असलेल्या काही स्त्रियांमध्ये पीरियड नसताना ओटीपोटात वेदना आणि योनीतून रक्तस्राव होतो.
- **ओव्हेरियन सिस्ट्स :** बीजांडकोषांमध्ये काही वेळेस द्राव भरलेल्या थैल्या निर्माण होतात. यांना ओव्हेरियन सिस्ट्स म्हणतात. यामध्ये सामान्यतः कोणतीही लक्षणे उद्भवत नाहीत, परंतु काही स्त्रियांना पाळीपूर्वी ओव्ह्युलेशनच्या वेळी वेदना होतात.

२. अनियमित पाळी

एखाद्या स्त्रीला तिची पाळी सरासरीपेक्षा खूप कमी किंवा खूप जास्त दिवसांनी येत असेल तर त्याला अनियमित पाळी (इरेग्युलर मेन्सीस) म्हणतात. या लागोपाठ आलेल्या दोन मासिक पाळीमधील अंतर २४ दिवसांपेक्षा कमी किंवा ३८ दिवसांपेक्षा जास्त असेल तर पाळी अनियमित झाली, असे समजले जाते. यामध्ये लागोपाठच्या दोन पाळीच्या पहिल्या दिवसातील अंतर मोजले जाते.

जर एखाद्या स्त्रीच्या लागोपाठ आलेल्या मासिक पाळ्यांमधील अंतर २० दिवसांपेक्षा जास्त काळाने बदलले जात असेल, तर त्यालाही अनियमित पाळी म्हणतात. उदाहरणार्थ, पहिल्या महिन्यात आलेल्या पाळीनंतर २५ दिवसांनी दुसरी पाळी आली, त्यानंतर ४६ दिवसांनी तिसरी पाळी आली, आणि चौथी पाळी परत २५ दिवसांनी आली, तरी त्याला पाळी अनियमित झाली आहे, असे समजतात.

किशोरवयीन मुली आणि रजोनिवृत्तीचा काळ सुरू झालेल्या महिलांमध्ये सामान्यतः पाळी अनियमित येत असते. किशोरवयीन मुलींचा मासिक पाळीचा कालावधी नियमित होण्यापूर्वी पहिली दोन-तीन वर्षे हा काळ अनियमित असू शकतो. तसेच रजोनिवृत्तीच्या संक्रमणादरम्यान– ज्याला 'पेरीमेनोपॉज' म्हणतात, या काळात– मासिक पाळी सतत अनियमित येत राहते.

कारणे

- **खाण्याचे विकार :** ज्या स्त्रियांमध्ये खाण्याच्या वेळा आणि आहाराचे प्रमाण याबाबत कमालीची अनियमितता असते किंवा त्यांना आहारासंबंधी काही शारीरिक किंवा मानसिक विकार असतात, त्यांची पाळी अनियमित असते. यात ॲनोरेक्सिया नर्वोसा, बुलीमिया नर्वोसा, बिंज इटिंग डिसॉर्डर (सतत खा खा करणे) असे विकार येतात.
- **हायपरथायरॉयडिझम :** या विकारात अतिक्रियाशील थायरॉईड ग्रंथीमुळे शरीराच्या गरजेपेक्षा जास्त थायरॉईड संप्रेरके तयार होतात. परिणामी, अंगावरून कमी जाणे आणि पाळी उशिरा येण्याचे त्रास उद्भवतात.
- **हायपरप्रोलेक्टिनेमिया :** यामध्ये रक्तामध्ये प्रोलॅक्टिन संप्रेरकाचे प्रमाण जास्त असते. या प्रोलॅक्टिनमुळे मुलींची स्तनवृद्धी आणि बाळंतपण झाल्यावर मातेला येणाऱ्या दुधाचे नियंत्रण होत असते. मात्र, हे संप्रेरक मासिक पाळी नियंत्रित करण्यासदेखील मदत करत असते.

- **विशिष्ट औषधे :** अपस्मारासाठी वापरली जाणारी काही औषधे, चिंता दूर करणारी मानसिक आजारांमधील औषधे यांचाही पाळीच्या नियमिततेवर परिणाम होतो.
- **पॉलीसिस्टिक ओव्हेरियन सिंड्रोम (पीसीओएस) :** यामध्ये बीजांडकोषात गाठी होणे, हार्मोनल असंतुलन होणे आणि पाळी अनियमित येण्याचे प्रमाण जास्त असते. अनियमित पाळी येणाऱ्या १० टक्के मुलीत पीसीओएस हे महत्त्वाचे कारण असते.
- **प्राथमिक बीजांडकोष कमतरता (प्रायमरी ओव्हेरियन इनसफीशियन्सी : पीओआय) :** ४० वर्षांवरील महिलांमध्ये बीजांडकोषाचे कार्य कमी होत जाते. बीजांडकोषातील बीजाचे विमोचन अनियमितपणे झाल्यामुळे हा विकार होतो. मात्र, काही तरुण मुलींमध्येही ही स्थिती निर्माण होऊ शकते. पीओआय ही अकाली रजोनिवृत्ती नसते. पीओआय असलेल्या स्त्रियांमध्ये अनियमितपणे पाळी येत राहते. या काळात त्यांना गर्भधारणादेखील होऊ शकते.
- **ओटीपोटाचा दाहक रोग (पेल्व्हिक इन्फ्लेमेटरी डिसीज : पीआयडी) :** यात स्त्रीच्या ओटीपोटातील अवयवांच्या आवरणांना सूज येते, त्यात जंतुसंसर्ग होतो. बहुधा लैंगिक संक्रमणांमधून होणाऱ्या या विकारात मासिक पाळीची नियमितता बिघडते.
- **ताणतणाव :** उच्च स्तरावर तीव्र (दीर्घकालीन) तणावाचा पाळीच्या नियमिततेवर विपरीत परिणाम होतो, हे अनेक शास्त्रीय सर्वेक्षणात आणि संशोधनात आढळून आले आहे.
- **अनियंत्रित मधुमेह :** टाईप १ आणि टाईप २ या दोन्ही प्रकारच्या मधुमेहात पाळी अनियमित होऊ शकते. मात्र, मधुमेह सातत्याने नियंत्रित ठेवल्याने पाळी अधिक नियमित होण्यास मदत होते.
- **लठ्ठपणा :** शरीरातील अतिरिक्त चरबीपासून इस्ट्रोजेन या स्त्रियांच्या हार्मोनची निर्मिती होते. अतिरिक्त इस्ट्रोजेनमुळे मासिक पाळी अनियमित येत राहते, पाळीच्या काळात रक्तस्त्रावही जास्त होऊ शकतो.

३. दीर्घकाळ आणि अति रक्तस्त्राव (हेवी पीरिअड्स – मेनोरेजिया)

एकुणातील २० टक्के स्त्रियांना त्यांच्या आयुष्यात किमान एकदा तरी मासिक पाळीमधील अति रक्तस्त्रावाचा त्रास होतोच. कित्येक स्त्रियांना या काळात होणारा रक्तस्त्राव, वेदना आणि येणारा थकवा एवढा जास्त असतो, की त्यांचे दैनंदिन काम, शाळा-कॉलेजचे किंवा ऑफिसचे काम करणे मुश्कील होऊन बसते.

कारणे

- **ओव्ह्युलेशनच्या समस्या :** मासिक पाळीमध्ये अंडविमोचन न झाल्यास किंवा पाळीविषयक हार्मोन्स अचानक खूप वाढल्यास या काळात गर्भाशयात निर्माण होणारे नव्या रक्तवाहिन्यांचे अस्तर खूप दाट बनते. आणि ते गर्भाशयापासून विलग झाल्यावर मोठ्या प्रमाणात रक्तस्त्राव होऊ शकतो.
- **गर्भाशयाचे अस्तर :** यात कित्येकदा गर्भाशयाचे अस्तर पूर्ण विलग न होता छोट्या-छोट्या तुकड्यात बाहेर पडते आणि मोठ्या प्रमाणात रक्तस्त्राव होत राहतो.
- **थायरॉईड समस्या :** हायपोथायरॉयडिझममध्ये थायरॉईड ग्रंथी पुरेसे थायरॉईड संप्रेरक तयार करत नाहीत, त्या वेळेस इतर हार्मोन्सचा प्रभाव वाढून गर्भाशयाचे अस्तर दाट बनते. ते विलग होताना जास्त रक्तस्त्राव होऊ शकतो.
- **गर्भाशयातील फायब्रॉइड्स :** गर्भाशयाच्या भिंतींच्या आतमध्ये, भिंतींच्या स्नायूंमध्ये किंवा बाहेरील बाजूने वाढणारे फायब्रॉइड्स मुख्यत्वे स्नायूंच्या ऊतींनी बनलेल्या गाठी असतात. बहुतेकदा

त्यांचा कर्करोगाशी संबंध नसतो. पण, त्यांच्यामुळे पाळीत वेदना होणे, रक्तस्राव जास्त प्रमाणात आणि जास्त काळ होत राहण्याचा त्रास उद्‌भवत राहतो.

- **गर्भाशयातील पॉलिप्स :** गर्भाशयाच्या भिंतीच्या आतील बाजूस असलेल्या एन्डोमेट्रियल ऊतींची वाढ होऊन पॉलिप्स बनतात. त्यांचा बुंधा मोठा असून पुढील भाग पातळ असतो. त्यांचा आकार अनियमित असतो. त्या लहान किंवा लांबलचक असू असतात. सहसा त्यात कर्करोग नसतो. पण मासिक पाळीत मोठ्या प्रमाणात आणि दीर्घ काळ रक्तस्राव होण्यास पॉलिप्स कारणीभूत असतात.
- **काही औषधे :** रक्त पातळ ठेवण्यासाठी वापरल्या जाणाऱ्या औषधांनी मासिक पाळीत रक्तस्राव जास्त प्रमाणात आणि अधिक काळ होऊ शकतो.
- **गर्भधारणा समस्या :** अकाली गर्भपात, एक्टोपिक गर्भधारणा (गर्भाशयाऐवजी गर्भनलिकेत गर्भधारणा होणे) यात कमालीचा जास्त रक्तस्राव होऊ शकतो. एक्टोपिक गर्भधारणा निरोगी गर्भधारणेमध्ये रूपांतरित होऊ शकत नाही. ही एक वैद्यकीय आपत्कालीन परिस्थिती असते.
- **रक्तस्राव विकार :** हेमोफिलिया आणि व्हॉन विलेब्रॅन्ड डिसीज या आनुवंशिक आजारात मासिक पाळीत अतिरक्तस्राव होण्याच्या समस्या आढळून येतात. श्वेत वर्णीय स्त्रियांत हा विकार प्रामुख्याने आढळतो. या स्त्रियांत अनेकदा केवळ मासिक पाळीत रक्तस्राव जास्त होणे एवढेच लक्षण आढळते.
- **स्थूलत्व :** शरीरातील अतिरिक्त चरबी इस्ट्रोजेन संप्रेरक बनवते. त्यामुळेही रक्तस्राव जास्त होत राहतो. याशिवाय मायलेजिक एन्सेफॅलोमाइलाइटिस, क्रॉनिक फटिग सिंड्रोम (सततचा थकवा) अशा आजारात रक्तस्राव अधिक होण्यासोबत झोप नीट न येणे, स्नायूंना वेदना होणे, सांधेदुखी आणि स्मृतिभ्रंश अशी लक्षणेही आढळून येतात.
- **वेगळ्या प्रकारचा रक्तस्राव (ॲबनॉर्मल आणि अनयुज्वल ब्लीडींग) :** नेहमीपेक्षा वेगळा किंवा असामान्य रक्तस्राव हा आपल्या स्त्रियांना मासिक पाळीत एरवी होणाऱ्या स्रावापेक्षा वेगळा असतो. तो पाळी आली नसताना किंवा येण्याची शक्यता नसतानाही होतो. याची कारणे पुढीलप्रमाणे :
  - **हार्मोनल बदल :** तारुण्य आणि रजोनिवृत्ती या दरम्यान काही स्त्रियांमधील हार्मोन्सची पातळी बदलते. त्याचप्रमाणे रजोनिवृत्तीच्या काळातही संप्रेरकांची शरीरातील पातळी बदलते. त्यामुळे जास्त काळ आणि जास्त कालावधीपर्यंत रक्तस्राव होऊ शकतो. तसेच मासिक पाळीचे ऋतुचक्र अनियमित होते.
  - **एन्डोमेट्रिओसिस :** गर्भाशयाच्या अस्तरासारख्या ऊती गर्भाशय सोडून इतर ठिकाणी वाढतात तेव्हा त्याला एन्डोमेट्रिओसिस म्हणतात.
  - बीजांडकोषातील गाठी फुटतात (रप्चर्ड ओव्हेरियन सिस्ट) त्या वेळेसही असा असामान्य रक्तस्राव होतो.
  - **कर्करोग :** रजोनिवृत्तीनंतर योनीतून रक्तस्राव होणे हे गर्भाशयाच्या, गर्भाशयाच्या मुखाच्या किंवा बीजांडकोषाच्या कर्करोगाचे गंभीर लक्षण असू शकते.

४. एमेनोरिया

रजोनिवृत्तीच्या आधी मासिक पाळी न येणे याला एमेनोरिया म्हणतात. एकुणातल्या तीन ते चार टक्के स्त्रियांना एमेनोरियाचा विकार असतो. याच्या व्याख्येप्रमाणे जेव्हा एखाद्या स्त्रीला –

- ➲ सलग तीन महिने मासिक पाळी आलेली नाही,
- ➲ वयाची १५ वर्षे पूर्ण होईपर्यंत पहिली पाळी आलेली नाही,

तेव्हा एमेनोरियाचे निदान होऊ शकते.

स्त्री गर्भवती असताना किंवा बाळाला स्तनपान करत असताना तिला पाळी येत नसते. मात्र, ही कारणे वगळता पाळी दीर्घ काळापर्यंत आली नाही, तर त्याचा अर्थ त्या स्त्रीच्या बीजांडकोषातून योग्य प्रमाणात इस्ट्रोजेन संप्रेरक बनणे थांबले आहे. या संप्रेरकाच्या अभावाने त्या स्त्रीच्या आरोग्यावर गंभीर परिणाम होऊ शकतात.

एमेनोरियाची कारणे

- **गर्भधारणा :** गर्भधारणेदरम्यान मासिक पाळी येणे बंद होते. एका दृष्टीने पाळी चुकणे हे गर्भधारणेचे व्यवच्छेदक लक्षणच असते. या काळात बीजांडकोषातून अंडविमोचन होणे थांबलेले असते. क्वचितप्रसंगी योनीतून हलका रक्तस्राव होऊ शकतो, पण त्याला पाळी मानली जात नाही. तरीही, गर्भधारणेदरम्यान 'स्पॉटिंग' होत असेल असेल तर स्त्रीरोगतज्ज्ञांना निश्चितच दाखवून घ्यावे.
- **स्तनपान :** अनेक स्त्रियांमध्ये बाळाचे स्तनपान थांबवल्याशिवाय त्यांची मासिक पाळी पुन्हा सुरू होत नाही. काही स्त्रियांमध्ये बाळ सहा महिन्यांचे झाल्यावर स्तनपान सुरू असेल तरी पाळी सुरू होऊ शकते. सर्वसाधारणपणे,
  - ➲ नियमितपणे बाळांना स्तनपान देणाऱ्या स्त्रियांची बाळे रोजच्या रोज, रात्री मध्येच जागी होत असतील आणि त्यांना स्तनपान द्यावे लागत असेल तर अशा स्त्रियांना साधारणपणे एक वर्षाने पाळी परत सुरू होते.
  - ➲ ज्या स्त्रियांची बाळे दिवसभर स्तनपान व्यवस्थितपणे घेतात आणि स्तनपानासाठी रात्री उठत नाहीत, अशा स्त्रियांची पाळी तीन ते आठ महिन्यांच्या काळात परत सुरू होते.
  - ➲ स्तनपान न करता, केवळ वरचे दूध किंवा मुलांसाठी प्रक्रियाकृत पावडरचे दूध ज्या स्त्रिया बाळांना देतात, त्यांना प्रसूतीनंतर सव्वा महिना ते पाच महिन्यांत पुन्हा पाळी येऊ लागते.
- **खाण्याचे विकार :** तरुण मुलींमध्ये होणाऱ्या विशेषतः 'एनोरेक्सिया नर्वोसा'सारख्या आजारात त्या मुलींनी खाणेपिणे पूर्ण सोडलेले असते. त्यांच्या शरीरावरील चरबी नष्ट होऊन केवळ हाडांचा सापळा राहिलेला असतो. अशा स्त्रियांमध्ये अंडविमोचन थांबून एमेनोरिया होऊ शकतो. एनोरेक्सियामुळे त्या स्त्रियांचे वजन कमी खूप कमी होते. अशारीतीने वजन कमी होणे निरोगी नसते. यामुळे पाळी अनियमित होते किंवा दीर्घकाळ येत नाही.
- **वजन :** याउलट, वजन खूप वाढल्यास किंवा अचानकपणे खूप कमी झाल्यास मासिक पाळी थांबू शकते. अशा स्त्रियांनी वाढलेले वजन कमी करायला सुरुवात केली किंवा ज्यांचे वजन कमी झालेय अशांनी वजन वाढवायला सुरुवात केली तर मासिक पाळी पुनश्च नियमित होऊ शकते.
- **ताणतणाव :** पुनरुत्पादनाची क्रिया नियंत्रित करणाऱ्या मेंदूच्या भागावर दीर्घकालीन तीव्र तणावाचा परिणाम होऊ शकतो. परिणामी, अंडविमोचनाचा अवधी लांबू शकतो. ताणतणावाचे योग्य व्यवस्थापन केल्यावर मासिक पाळी पुन्हा नियमितपणे यायला सुरुवात होऊ शकते.

- **हार्मोनल समस्या :** यात स्त्रीजननसंस्थेतील अवयवांचे काही आजार तसेच पॉलीसिस्टिक ओव्हेरियन सिंड्रोम (पीसीओएस)सारख्या विकारांचा समावेश होतो.
- **इतर कारणे :** मेंदूमधील जन्मजात दोष, ट्यूमर्स अशा गंभीर आरोग्य समस्यांचा परिणाम पाळी अचानक बंद होण्यावर किंवा दीर्घ काळ लांबण्यावर होतो.

मासिक पाळी ही स्त्रीच्या जननक्षम वर्षांमधील एक आवश्यक घटना असते. यामधील हे त्रास जाणून घेणे प्रत्येक जाणत्या स्त्रीला आवश्यक आहे. मात्र, मासिक पाळीसंबंधित कोणताही त्रास जाणवला तर आजारांचे निदान आणि त्याचे उपचार करण्यासाठी स्त्रीरोगतज्ज्ञांचा सल्ला वेळेवर आणि आवश्यक वाटल्यास नियमितपणे घेणे गरजेचे असते.

❑❑❑

प्रसूती आणि प्रसूतिपश्चात होणारे शारीरिक त्रास

तरुण वयात पाळीच्या त्रासांबरोबरच, लग्न आणि त्यानंतर दिवस जाणे, प्रसूती, प्रसूतिपश्चात होणारे शारीरिक त्रास यांचा तिच्या तब्येतीवर परिणाम होतच राहतो. आज भारतभरात ८० टक्के गर्भवती स्त्रियांना आवश्यक असलेला, पोषणमूल्ये जास्त असलेला आहार पुरेशा प्रमाणात मिळत नाही, ही वस्तुस्थिती आहे. मोजक्या सुशिक्षित आणि सधन वर्गातील स्त्रिया सोडल्या तर पाळी चुकल्यापासून तिला आवश्यक असलेला वैद्यकीय सल्ला आणि औषधे मिळणेही अनेकींना दुरपास्त असते. आजही सातव्या महिन्यांत सुनेला माहेरी पाठवायचे आणि मग तिच्या माहेरच्यांनी तिला डॉक्टरकडे न्यायचे, प्रसूतीसाठी हॉस्पिटलमध्ये नाव नोंदवायचे ही प्रथा चालूच आहे. साहजिकच, पहिल्या सहा महिन्यांत तिला आवश्यक असलेली औषधे मिळत न मिळाल्याने ती जास्तच अशक्त होत जाते.

गरोदरावस्थेतील आहाराची तत्त्वे

- या काळात स्त्रियांचा आहार समतोल तर हवाच; परंतु त्यात प्रथिने, लोह आणि जीवनसत्त्वे भरपूर प्रमाणात हवीत. एवढे करूनही लोह, कॅल्शिअम आणि फॉलिक ॲसिडच्या गोळ्या शेवटपर्यंत घ्यायला हव्यात.
- गरोदरपणाच्या आधी स्त्रियांना आहारातून दिवसभरात २१०० कॅलरीज मिळाव्या लागतात, पण गरोदरपणात त्यात १५% जास्त म्हणजे सुमारे २५०० कॅलरीज मिळणे गरजेचे असते.
  यातील १०% कॅलरीज प्रथिनांमधून म्हणजे कडधान्ये, डाळी, सोयाबीन, मांसाहार, अंडी, अशातून; ३५% स्निग्ध पदार्थांतून म्हणजे, तेल, तूप, लोणी वगैरेमधून आणि ५५% पिष्टमय पदार्थांतून म्हणजे पोळी, चपाती, भाकरी, भात, बटाटा, रताळी अशा खाण्यातून मिळायला हव्यात.
- सकाळी लवकर न्याहारी करणे खूप चांगले ठरते. यात पोळीभाजी किंवा ब्रेड, कॉर्नफ्लेक्स, पोहे, उपमा, इडली, ब्राऊन ब्रेड, पास्ता अशापैकी गोष्टी असाव्यात. न्याहारीत किमान कपभर दुधाचा समावेश हवाच.
- दुपारच्या आणि रात्रीच्या जेवणात हिरव्या पालेभाज्या (मेथी, पालक, चुका, शेपू इ.), फळभाज्या (वांगी, टोमॅटो, भेंडी) मोड आलेली धान्ये (मूग, मटकी, वाटाणा, पावटा), कडधान्ये (हरबरा, राजमा, मसुर), रताळी - बटाट्यासारखी उकडलेली कंदमुळे, मांसाहारी असल्यास मटण, चिकन, अंडे, अशा विविध पौष्टिक गोष्टींचा समावेश हवा. यातूनच बाळाचे पोषण होऊन त्याची उत्तम वाढ होते, हे लक्षात घ्यावे.

- गरोदरपणाच्या पहिल्या तीन-चार महिन्यांत बऱ्याच जणींना सतत उलट्या होत असतात. या काळात थोडे-थोडे पाणी सतत घेत राहावे, खाणेसुद्धा थोडे-थोडे चार-पाच वेळा घ्यावे. जास्त विश्रांती आणि झोप घ्यावी. गरोदरपणातील या उलट्यांसाठी काही विशेष औषधे असतात, ती डॉक्टरांच्या सल्ल्याने घ्यावीत.
- आठव्या महिन्यापासून गर्भाची वाढ पूर्ण पोटाची पोकळी व्यापते. दिवसातून रोज चार-पाच वेळा थोडे-थोडे खाणे या काळातदेखील हिताचे ठरते.
- जेवणात गव्हाची चपाती किंवा ज्वारी-बाजरीची भाकरी खावी. पाव चालेल, पण मैद्याचा वापर टाळावा. मैद्याची बिस्किटे शक्यतो घेऊ नयेत.
- दूध, दही, ताक आणि पनीर, मार्गारिन, लोणी असे अन्य दुग्धजन्य पदार्थ जरूर घ्यावेत.
- सुके अंजीर, मनुके, खारीक, खजूर, बदाम, काजू, अक्रोड अशा सुक्या मेव्याचे सेवन शक्य असल्यास नियमित असावे.
- कोबी, पालक अशा प्रकारचे सलाड किंवा कच्च्या भाज्या खाणे श्रेयस्कर. त्यावर तीळ टाकून खाल्यास जास्त चांगले. तिळामध्ये फॉलिक ॲसिड असते. याचबरोबर जेवणात भाज्यांचे सूप घेतल्यास उत्तम.
- सर्व प्रकारच्या फळांचा विशेषतः खरबूज, संत्रे, मोसंबी, सफरचंद, केळी यांचा समावेश भोजनासमवेत असणे चांगले.
- मिठाचे प्रमाण जेवणात कमी असावे. वरून मीठ घेऊ नये. लोणचे, पापड अशासारखे तोंडी लावण्याचे पदार्थ त्यात भरपूर मीठ असल्याने अगदी माफक प्रमाणात खावेत.
- चहा, कॉफी, कोल्ड्रिंक्स टाळावीत. त्याऐवजी घरी तयार केलेली सरबते, ताज्या फळांचा रस, मिल्कशेक, शहाळे असे घेण्यावर भर ठेवावा.
- गोड पदार्थ, मिठाई, चॉकलेट्स खाण्यास हरकत नाही; त्याचे प्रमाण मर्यादित असावे.
- बाजारू पदार्थ, फास्ट फूड, जंक फूड, डबाबंद तयार मिठाई किंवा तत्सम प्रिझर्वेटिव्ह्ज असलेले तयार खाद्य शक्यतो टाळावे.
- घरी बनवलेल्या आणि ताज्या अन्नाचाच आहार हवा. हॉटेलमधील खाणे, हातगाडीवरचे पदार्थ, भेळ, पाणीपुरी, वडापाव अशा गोष्टींनी जंतू किंवा जीवाणू संसर्ग होऊन जुलाब, उलट्या झाल्या तर गर्भावर त्याचा परिणाम होऊ शकतो.
- तंबाखू, धूम्रपान, मद्यपान हे मात्र काही झाले तरी टाळलेच पाहिजे.
- कुठल्याही प्रकारचे उपवास या काळात करू नयेत.

नैसर्गिक प्रसूती

नैसर्गिक प्रसूती ही टप्प्याटप्प्याने होणारी क्रिया असते. गर्भकाल पुरा होत आला म्हणजे गर्भावस्था टिकून राहण्यासाठी शरीरात निर्माण होणारी गर्भरक्षक संप्रेरके,

प्रोजेस्टेरॉन आणि ईस्ट्रोजेन कमी प्रमाणात तयार होतात. संप्रेरकांचा प्रभाव संपल्याने गर्भाशय आकुंचन-प्रसरण पावू लागते आणि प्रसूतीच्या कळांना आरंभ होतो. चाळीस आठवड्यांहून अधिक गर्भकाल असल्यास वैद्यकीय देखरेखीखाली प्रसूती करावी लागते. अन्यथा आई आणि तिच्या पोटातील बाळ या दोहोंच्या जिवाला धोका संभवतो. भारतीय मानकाप्रमाणे अडतिसाव्या आठवड्यांतील प्रसूती सामान्य आणि नैसर्गिक समजली जाते.

पहिला टप्पा

यात गर्भाशयाच्या आकुंचन पावण्याने गर्भाशय मुखाची रुंदी कमी होते. गर्भाशय मुख दहा सेंटीमीटरपर्यंत उघडते. गर्भाशयाच्या आकुंचनामुळे बाळाभोवती असलेल्या वारेचे आवरण फाटते आणि द्रवपदार्थ योनीमधून बाहेर येतो. गर्भाशयाच्या मुखावरील एक प्रकारचे चिकट स्राव असलेली घट्ट गोळी (म्युकस प्लग) निघून जाते. यामध्ये थोडासा रक्तासारखा द्रावसुद्धा दिसून येतो. याला 'शो' असे म्हणतात. बाळाभोवतीच्या वारेमधील द्रवामध्ये असलेल्या अर्भकाचे डोके वजनाने शरीराच्या मानाने अधिक वजनाचे असते. त्यामुळे सामान्यपणे बाळाचे डोके गर्भाशय मुखाकडे येते. या कारणाने मूल जन्मताना आधी डोके गर्भाशय आणि योनीतून बाहेर येते.

दुसरा टप्पा

यात गर्भाशयाच्या कळा तीव्रतेने येतात. गर्भाशयाच्या तीव्र आकुंचन पावण्याने आणि गर्भाशय मुखाच्या विस्तृत होण्याने मातेच्या कमरेत आणि ओटीपोटात असह्य वेदना होतात. वेदना संवेदामुळे आणखी एक संप्रेरक, 'ऑक्सिटॉसिन' स्रवू लागते. ऑक्सिटॉसिनच्या परिणामाने गर्भाशय आणि गर्भाशय मुख अधिक आकुंचन पावते. ऑक्सिटॉसिनच्या या परिणामास 'पॉझिटिव्ह फीडबॅक' म्हणतात. जोपर्यंत गर्भाशय पूर्णपणे आकुंचन पावून अर्भकाचा जन्म होत नाही तोपर्यंत ऑक्सिटॉसिनचे स्रवणे आणि गर्भाशयाचे आकुंचन पावणे हे चालूच राहते.

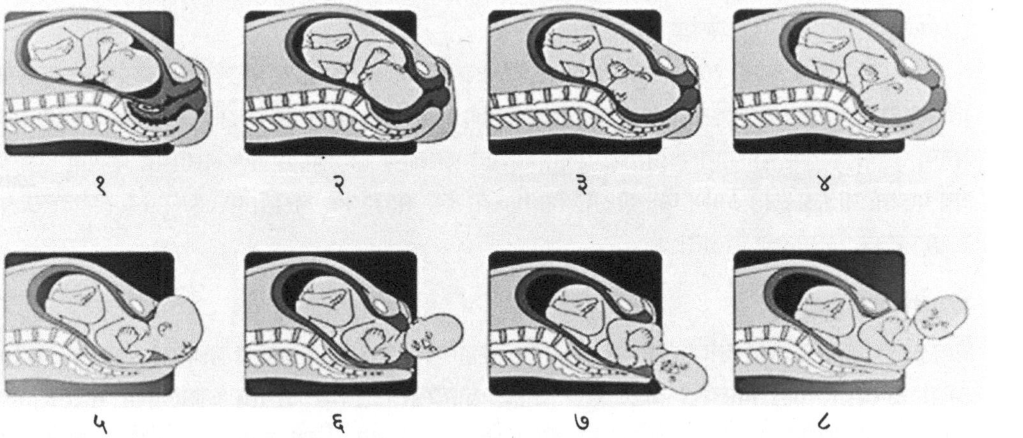

नॉर्मल डिलिव्हरीमध्ये बाळाच्या जन्माचे आठ टप्पे

मातेला प्रसूतीच्या वेळेस होणाऱ्या तीव्र वेदनेमुळे शेवटी प्रतिक्षेपी क्रियेमुळे पोटाचे आणि श्रोणिगुहेचे स्नायू मोठ्या प्रमाणात आकुंचन पावतात आणि अर्भक योनीबाहेर येते. दर दहापैकी नऊ बाळंतपणात बाळाचे डोके आधी बाहेर येते. काही प्रसवामध्ये अर्भकाचे हात, खांदा, ढुंगण आधी गर्भाशयातून बाहेर येते. अशी प्रसवक्रिया अवघड समजली जाते.

तिसरा टप्पा

यात आवरण, नाळ आणि वार गर्भाशयाच्या तीव्र आकुंचन पावण्याने गर्भाशयाबाहेर येतात. यानंतरदेखील गर्भाशय आकुंचन पावत राहते. त्यामुळे नाळ गर्भाशय भित्तिकेपासून वेगळी होते. या प्रसंगी गर्भाशय भित्तिका आणि अपरेमधील रक्त-पोकळ्या उघडल्यामुळे रक्तस्राव होतो. एका प्रसूतीच्या वेळी सुमारे १५० ते २०० मिलीलीटर रक्तस्राव होतो. मूल जन्मल्यानंतर नाळ आणि वार गर्भाशयाबाहेर येण्यास साधारणत: पाच-दहा मिनिटांचा वेळ लागतो.

चौथा टप्पा

हा प्रसूतीनंतरचा टप्पा असतो. नाळ आणि वार बाहेर आल्यानंतर या टप्प्याचा काळ साधारणत: एक ते चार तासांचा असतो. या काळात गर्भाशयातील नाळ गर्भाशयापासून सुटल्याने उघड्या झालेल्या रक्तवाहिन्या आकुंचन पावतात. रक्तस्राव थांबतो.

प्रसूतीमध्ये घ्यावयाची काळजी

प्रसूती होताना मातेची आणि अर्भकाची अनेक प्रकारे काळजी घेत अनेक निर्णय त्वरित घ्यावे लागतात. मातेची सुरक्षितता, मातेचे आरोग्य, अर्भकाची सुरक्षितता, अर्भकाची जन्म घेण्यावेळीची स्थिती, प्रसूतीमधील टप्पा, तसेच माता आणि अर्भकाचा प्रतिसाद यांना अपरंपार महत्त्व असते. प्रसूतीच्या वेळी माता आणि अर्भकाच्या हृदयाचे ठोके, मातेचा रक्तदाब व अर्भकाच्या टाळूवरील दाब यांचे सतत परीक्षण करावे लागते. प्रसव काळात कळा येण्यासाठी पिटोसिन (ऑक्सिटॉसिन) देण्याचा निर्णय योग्य वेळी मातेच्या क्षमतेनुसार घेतला जातो. सुलभ प्रसूतीसाठी योनिमुख आणि गुदद्वारामध्ये उभा छेद (एपिझियाटॉमी) घेण्याने प्रसूती लवकर होते. ही जखम कालांतराने बरी होते.

प्रसूती नॉर्मल झाली तरी प्रसूती दरम्यानच्या असह्य कळा, कधी-कधी होणारा अपरिमित रक्तस्राव तिच्या आरोग्यावर ओरखडे उमटवून जातातच. आणि सिझेरियन झाले तर ते ऑपरेशन आणि त्यानंतरच्या वेदना, टाके काढणे या गोष्टी होतातच. प्रसूतिपश्चात बाळाला अंगावर पाजत असेपर्यंत म्हणजे दीड-दोन वर्षे प्रत्येक मातेला लोह आणि कॅल्शिअमच्या गोळ्या देणे आवश्यक असते. पण हे सुख एकुणातल्या पाच ते दहा टक्के स्त्रियांनाच मिळते.

सिझेरियन प्रसूती

केवळ आर्थिक फायदा व्हावा म्हणून अकारण सिझेरियन शस्त्रक्रिया करून डॉक्टर्स पेशंटला लुटतात, असा अपप्रचार गेले कित्येक काळ सुरू आहे. आरोग्यसाक्षरतेचा अभाव असलेल्या भारतासारख्या देशात जिथे लसीकरणाच्या मोहिमेबाबत शंका घेतल्या जातात, जिथे गर्भावस्था आणि प्रसूती सोडा; पण आरोग्याबाबतची सर्वसाधारण माहिती आणि वैद्यकीय शास्त्रातील प्रगतीबाबत उच्च शिक्षितांनासुद्धा

काडीचेही ज्ञान नसते. पण त्यांना भडकवणारे तथाकथित रुग्णहितकारी चळवळीचे अध्वर्यू असतात, तिथे डॉक्टर वर्गावर असे बेमुर्वत आक्षेप रोजच घेतले जातात.

पण, सिझेरियन म्हणजे काय असते, कोणत्या परिस्थितीत ते करावे लागते, आजमितीला सिझेरियनचे प्रमाण वाढण्याची नक्की काय कारणे आहेत, याची माहिती न घेता असे बिनबुडाचे आरोप सर्रास केले जातात. त्यामुळे नैसर्गिक प्रसूती कशी असते आणि सिझेरियन करण्याचा निर्णय का आणि केव्हा घेतला जातो, याची प्राथमिक माहिती असणे आवश्यक ठरते.

सिझेरियनचा निर्णय

नैसर्गिकरीत्या प्रसूती होणे जेव्हा अशक्य असते किंवा आईच्या अथवा मुलाच्या जिवालाच प्रसूतिकाळात धोका निर्माण होण्याची दाट शक्यता असते, अशाच परिस्थितीत 'सिझेरियन सेक्शन' केले जाते.

एखादी गर्भवती सुरळीत प्रसूतीच्या सीमारेषेवर असेल अथवा किंचित अवघड प्रसूतीची शक्यता असेल, तर एकदम शस्त्रक्रिया न करता प्रथम प्रयोगादाखल कृत्रिमरीत्या कळा आणवून पाहिले जाते. अशा वेळी अनेकदा नैसर्गिक पद्धतीनेच प्रसूती घडून येते. याशिवाय चिमट्यांचा वापर करून शस्त्रक्रिया टाळण्याचा प्रयत्न केला जातो. मात्र, कळा जोरात येऊनही मूल व्यवस्थितपणे बाहेर येत नसेल, तसेच मुलाला किंवा मातेला दुखापत होण्याचा संभव असेल, अशा वेळी कृत्रिम कळा आणताना होणाऱ्या प्रसूतीमधील जंतुसंसर्गाचा धोका टाळण्यासाठी प्रसूतिमार्गाची शक्य तेवढी कमी; पण वारंवार तपासणी करावी लागते. आणि एकदा पाणवट फुटल्यावर शस्त्रक्रिया करण्याचा निर्णयही त्वरित घ्यावा लागतो.

सिझेरियनचा इतिहास

रोमच्या प्राचीन कायद्यान्वये एखादी गर्भवती मृत झाल्यास तिच्या पोटातील मूल बाहेर काढल्याखेरीज तिच्यावर अंत्यसंस्कार करण्याची परवानगी नव्हती. त्यामुळे ज्युलियस सीझरच्या काळात म्हणजे ख्रिस्तपूर्व सातव्या शतकापासून ही शस्त्रक्रिया करण्यात येत असल्याचे उल्लेख सापडतात. या कायद्यालाच 'सिझरचा कायदा' असे म्हटले जाऊ लागले. त्यामुळे या शस्त्रक्रियेचे नाव 'सिझेरियन शस्त्रक्रिया' असे पडले असावे.

जेकब न्यूकर नावाच्या स्वित्झर्लंडमधील व्यापाऱ्याने इ.स. १५००मध्ये यशस्वीपणे स्वतःच्या पत्नीवर केलेली सिझेरियन शस्त्रक्रिया हे जिवंत व्यक्तीवर करण्यात आलेल्या अशा प्रकारच्या शस्त्रक्रियेचे, नोंदवण्यात आलेले पहिलेच उदाहरण होय. प्रसूतिशास्त्रातील ग्रंथांमधून यानंतर मात्र सिझेरियनचा उल्लेख दिसून येत असला तरी त्यात मृत्यूचे प्रमाण बरेच जास्त असल्याने क्वचितच; अगदी शेवटचा उपाय म्हणूनच ती केली जाई. शस्त्रक्रिया करण्यात येणाऱ्या बहुतेक स्त्रिया जंतुबाधेने अथवा रक्तस्राव होऊन मृत्युमुखी पडत. कारण गर्भाशयाला देण्यात आलेला छेद (जखम) शिवला जात नसे, तसेच निर्जंतुकरणाची औषधेही त्या काळी ज्ञात नव्हती.

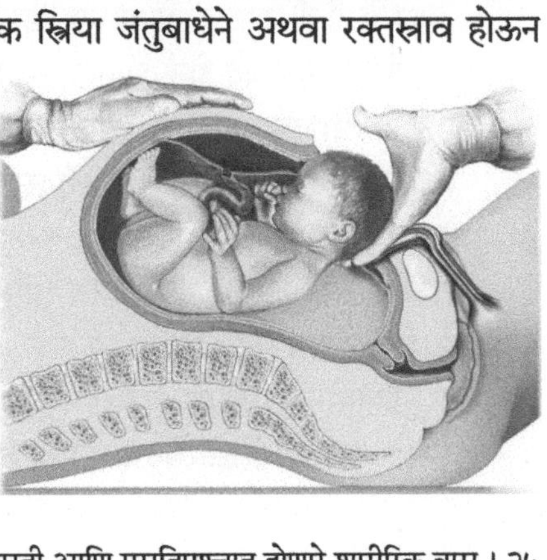

सेजर या जर्मन प्रसूतिशास्त्रतज्ज्ञाने १८८२मध्ये गर्भाशयाचा छेद दोन स्तरांवर शिवण्याची पद्धत शोधून काढली. याच काळात निर्जंतुकरणाची आणि जीवाणूविरोधी विविध औषधे, भूल देण्याची औषधे, रक्त देण्याची झालेली सोय, सल्फा, पेनिसिलीन आणि इतर

ॲण्टिबायोटिक्स यांचा शोध या सर्वांमुळे तज्ज्ञ डॉक्टर आणि योग्य त्या सोयी उपलब्ध असल्यास या शस्त्रक्रियेत मृत्यूचे प्रमाण दर एक हजार शस्त्रक्रियेत तीन ते पाच मृत्यू एवढे खाली आले.

पूर्वी गर्भाशयाच्या वरच्या भागाला उभा छेद देऊन बाळाचा जन्म केला जाई. आजकाल गर्भाशयाच्या खालच्या भागामध्ये आडवा छेद घेऊन करण्यात येणाऱ्या 'लोअर सेगमेंट सिझेरिअन सेक्शन' (एलएससीएस) शस्त्रक्रिया केल्या जातात. यात जंतुसंसर्गाचा धोका घटतो. शस्त्रक्रियेची जखम एकदा शिवल्यानंतर पुढील गर्भधारणेमध्ये टाके पुन्हा तुटण्याची शक्यताही कमी असते.

सिझेरियनची वैद्यकीय कारणे

१. **रेंगाळलेली प्रसूती :** गर्भाशयाच्या आकुंचानाची क्रिया व्यवस्थित होत असूनही, म्हणजे बाळंतपणाच्या कळा येऊनही गर्भाशयाचे मुख प्रसरण पावत नसेल तर त्याला 'स्टॉल्ड लेबर' किंवा रेंगाळलेली प्रसूती म्हणतात. यात बाळाचे डोके गर्भाशयाच्या बाह्य मार्गात थांबते. त्याला मिळणारा प्राणवायू कमी होऊन त्याच्या जिवाला धोका संभवतो. अशा वेळेस सिझेरियनचा निर्णय घेऊन बाळाचे प्राण वाचवले जातात.

२. **बाळाची स्थिती :** सर्वसाधारणपणे बाळाचे डोके आधी बाहेर येते. पण, प्रसूतीच्या वेळी बाळ आडवे असल्यास (ट्रान्सव्हर्स लाय) किंवा बाळ पायाळू असल्यास म्हणजे डोक्याऐवजी बाळाचे ढुंगण खाली असल्यास (ब्रीच प्रेझेन्टेशन) नैसर्गिक प्रसूती होणे अशक्य असते. कारण बाळाचा जन्म होण्यासाठी असलेला गर्भाशयाचा मार्ग त्यापेक्षा रुंदीने छोटा असतो. सबब सिझेरियनला पर्याय नसतो.

३. **जुळी अथवा अधिक बाळे :** मातेच्या गर्भात जुळी किंवा एकापेक्षा अधिक बाळे असतील तर सिझेरियन करावे लागते. यात अनेकदा एखादे बाळ ब्रीच प्रेझेन्टेशनचे असण्याची शक्यता जास्त असते.

४. **प्लासेन्टा प्रीव्हिया :** गर्भाशयात बाळाची वार नेहमी बाळाच्या मागील किंवा वरील बाजूस असते. काही मातांमध्ये ही वार गर्भाशयाच्या मुखाशी असते आणि बाळ त्याच्या मागे किंवा वर असते. अशा वेळेस प्रसूतिदरम्यान कमालीचा रक्तस्राव होऊन प्रसूतीत धोका होऊ शकतो. त्यामुळे सिझेरियन करणे अगत्याचे ठरते.

५. **नाळ बाहेर पडणे :** आईच्या गर्भाशयात असताना बाळाला नाळेद्वारे पोषण मिळत असते. ही नाळ एका बाजूला वारेला जोडलेली असते, तर दुसऱ्या बाजूला बाळाच्या पोटाला! प्रसूतीच्या वेळी कधी-कधी ही नाळ गर्भाशयाच्या मुखातून निसटून आधीच बाहेर पडते. याला 'कॉर्ड प्रोलॅप्स' म्हणतात. अशा वेळी ही नाळ गर्भाशयाच्या आकुंचनात सापडून दबून जाते. परिणामी, बाळाला मिळणारे पोषण आणि प्राणवायू बंद होऊ शकतो. या प्रसंगी सिझेरियनशिवाय गत्यंतर नसते.

६. **मातेचे आजार :** गर्भवती स्त्रीला जर उच्च रक्तदाब, हृदयविकार, अस्थमा, गर्भावस्थेतील मधुमेह (जेस्टेशनल डायबिटीस), प्रसूतिदरम्यान अपस्माराचे झटके येण्याचा आजार (एक्लाम्प्शिया ऑफ प्रेग्नन्सी) असेल तर प्रसूतीच्या कळा आणि तीव्र वेदना यांच्यामुळे तिच्या जिवाला धोका उद्‌भवू शकतो. त्यामुळे मातेला आधीच सांगून तिचे सिझेरियन केले जाते.

काही स्त्रियांना एचआयव्ही, लैंगिक अवयवांची नागीण (जनायटल हर्पीस) असे आजार असतील तर योनिमार्गातून होणाऱ्या नैसर्गिक प्रसूतिदरम्यान या आजारांचा अर्भकांना संसर्ग होण्याची शक्यता असते. यासाठी सिझेरियनचा निर्णय घेतला जातो.

७. **प्रसूतीस अडथळा :** मातेच्या गर्भाशयात मोठ्या गाठी असतील (फायब्रॉइड), किंवा तिच्या कमरेच्या हाडाला फ्रॅक्चर होऊन ते सरकलेले असेल, बाळाचे डोके गर्भाशयाच्या बाह्यमार्गापेक्षा खूप मोठे असेल (सिफॅलो पेल्व्हिक डिसप्रपोर्शन), बाळाला डोके मोठे असण्याचा जन्मजात विकार असेल (हायड्रोकेफॅलस) तर शस्त्रक्रिया करून प्रसूती करणे भाग असते.

८. **आधीचे सिझेरियन :** एखाद्या गर्भवतीचे आधीचे बाळंतपण सिझेरियनने झाले असेल तर दुसऱ्या खेपेस पोटावरील ताण वाढल्यास तिला गंभीर त्रास होण्याची शक्यता असते. कित्येकदा नातेवाइकांच्या आणि मातेच्या इच्छेने पहिले सिझेरियन असताना दुसरे बाळंतपण नैसर्गिकरीत्या करताना गर्भाशय ताणले जाऊन फाटते (युटेराईन रप्चर) आणि लगेच घाईने सिझेरियन करणे हाच इलाज उरतो.

९. **नैसर्गिक प्रसूतीचे अपयश :** कित्येकदा नैसर्गिकरीत्या प्रसूती होताना मातेला जखमा होतात, चिमटा लावताना किंवा व्हेन्टयुज वापरल्यावर त्रास होतो आणि बाळाचे ठोके मंदावू लागतात. अशा वेळेस तातडीने सिझेरियन करावे लागते.

१०. **बाळाने पोटात शी करणे :** सर्वसामान्यपणे बाळ आईच्या पोटात शू करत असते व गर्भजल पीतही असते. गर्भजल जंतुविरहित असल्याने यात धोका नसतो. मात्र, कळा सुरू झाल्यावर कळांच्या दबावामुळे बाळाला प्राणवायू कमी पडल्यास बाळ शी करते. हे शी केलेले गर्भजल बाळाच्या एक वेळ पोटात गेले तर फार मोठी समस्या नसते. पण बऱ्याचदा बाळ हे गर्भजल श्वसनमार्गात ओढून घेते. मग मात्र फारच बिकट समस्या उभी राहते (मेकोनियम अस्पिरेशन). अशी बाळे जन्माला येताना श्वास नीट घेऊ शकत नाहीत. शी केलेले गर्भजल त्यांच्या फुप्फुसांमध्ये जाऊन दाह निर्माण करते. अशी बाळे लगेच नवजात अतिदक्षता केंद्रात दाखल करावी लागतात. हा आजार बाळाचे प्राणही घेऊ शकतो. बाळाने पोटात शी करणे हे लक्षण बाळ आईच्या पोटात गुदमरण्याचे प्रमुख कारण असते. बाळाने शी केल्यानंतर प्रसूती होण्यास जेवढा उशीर होतो तेवढा धोका वाढत जातो. यामध्ये ही शी श्वासाच्या मार्गात गेल्याने बाळाच्या श्वासास अडथळा येतो. अशा बाळांचे प्राण वाचवण्यासाठी व्हेंटिलेटरचे उपचार करावे लागू शकतात. आजमितीस आपल्या शहरांमध्ये काही मोजक्या हॉस्पिटलमध्ये असे काही मोजके व्हेंटिलेटर उपलब्ध असतात. वेळेवर व्हेंटिलेटरचा उपचार न मिळाल्याने काही वेळा नवजात शिशूंना जीव गमवावा लागल्याच्या घटना घडलेल्या आहेत.

वरील कारणांनी १५ ते २० टक्के स्त्रियांमध्ये सिझेरियन करणे भाग पडते. पण, आजच्या घटकेला हे प्रमाण यापेक्षाही जास्त आढळते. याचे कारण डॉक्टरांची सिझेरियन करण्याची इच्छा नसून त्याची काही वेगळी कारणे आहेत.

सिझेरियन वाढण्याची कारणे

- **रुग्णांचा आग्रह :** आजच्या जीवनशैलीत बाळंतपणाच्या कळा सोसण्याची कल्पनाच अनेक गर्भवती स्त्रियांना मंजूर नसते. त्यांच्याकडून सिझेरियनचा आग्रह धरला जातो.
- **गर्भवतीचे वय :** आजच्या जगात आधी उच्च शिक्षण आणि त्यानंतर करिअर करण्याच्या कल्पनेमुळे मुलींचे लग्नाचे वय जवळजवळ २८ ते ३० वर्षांपर्यंत वाढले आहे. त्यानंतर संसारात स्थिर होण्यासाठी दोन-तीन वर्षे सोडली जातात. त्यामुळे तिशीनंतर गर्भवती होणाऱ्या मुलींची संख्या वाढली आहे. या वयातल्या मातांची बाळंतपणे ही तशी धोकादायक मानली जातात. त्यामुळे सिझेरियन वाढली आहेत.

- आधुनिक जीवनशैलीमुळे आज तरुण मुलींमध्ये स्थूलपणाचे प्रमाण वाढले आहे. अशा मातांमध्ये मधुमेह, उच्च रक्तदाब अशा विकारांचा प्रादुर्भाव मोठ्या प्रमाणात आढळतो. हे एक महत्त्वाचे कारण या शस्त्रक्रिया वाढण्यामागे आहे.
- **वंध्यत्वाचे वाढते प्रमाण :** उशिरा लग्न, वयाच्या पस्तिशीनंतर गर्भधारणेचा निर्णय घेतल्यावर अनेक स्त्रियांमध्ये वंध्यत्वाची समस्या उद्‌भवते. त्यामुळे टेस्टट्युब बेबीसारखे उपचार करावे लागतात. हे सुद्धा सिझेरियनच्या वाढत्या प्रमाणाचे कारण आहे.

सिझेरियनचे प्रमाण खासगी इस्पितळात जास्त असते आणि सरकारी इस्पितळात कमी असते, असे सांगितले जाते. मात्र, याचे कारण गरोदरपणात गुंतागुंत होते तेव्हा आणि वंध्यत्वाचे, तसेच टेस्टट्युब बेबीचा उपचार घेण्याबाबत सरकारी इस्पितळात सोय नसते, त्यामुळे हे रुग्ण खासगी प्रसूतिगृहातच सिझेरियनचा उपचार घेतात.

याशिवाय, उच्च उत्पन्न गट, उच्च मध्यमवर्ग आणि नवश्रीमंत कुटुंबे प्रसूती आणि इतर उपचार खासगी इस्पितळात घेणेच पसंत करतात. साहजिकच, हे प्रमाण सरकारी इस्पितळात कमी आहे.

प्रसूतिकालीन मृत्यू

भारतात प्रसूतिदरम्यान मातेच्या मृत्यूचे प्रमाण जास्त आहे, असे जागतिक आरोग्य संघटनेची आकडेवारी दर्शवते. जागतिक आरोग्य संघटनेच्या आकडेवारीनुसार –

- जगात प्रसूतिदरम्यान दर वर्षी सरासरी ५ लाख २९ हजार मातांचा मृत्यू होतो.
- त्यापैकी १ लाख ३६ हजार माता-मृत्यू भारतात होतात.
- प्रसूतिदरम्यान निर्माण होणाऱ्या गुंतागुंतीमुळे देशात सरासरी पाच मिनिटाला एका महिलेचा मृत्यू होतो
- एक लाख प्रसूतीमागे सरासरी १७६ मातांचा प्रसूतिदरम्यान मृत्यू होतो.
- प्रसूतिदरम्यान अतिरिक्त रक्तस्राव, ॲनिमिया, प्रसूतिपूर्व काळात होणारा उच्च रक्तदाब, प्रसूतिदरम्यान येणारे अपस्माराचे झटके ही प्रमुख कारणे असतात.
- या मृत्यूंमध्ये २० टक्के मृत्यू हे ॲनिमिया आणि कुपोषण यामुळे होतात.
- माता-मृत्यूचे सर्वाधिक प्रमाण आसाममध्ये, एक लाख प्रसूतीमागे सरासरी ३०० एवढे आहे; तर केरळमध्ये सर्वात कमी, म्हणजे ६१ आहे.
- सुमारे ४० टक्के स्त्रिया प्रसूतिपूर्व काळात डॉक्टरांचा सल्ला घेत नाहीत.
- २० टक्के स्त्रिया आजही घरीच बाळंत होतात.

सिझेरियन शस्त्रक्रिया करवून घेणाऱ्यांच्या प्रमाणात गेल्या काही वर्षांमध्ये जगातील सर्व देशांत वाढ झाली आहे. मात्र, त्याचबरोबर प्रसूतीच्या सातव्या महिन्यापासून ते बाळाच्या जन्मापर्यंतच्या काळात होणाऱ्या मातांच्या मृत्यूच्या प्रमाणात लक्षणीय घट झाली आहे.

❏❏❏

गरोदर स्त्रियांमधील मधुमेह

मधुमेह ही आपल्या देशाच्या दृष्टीने एक महत्त्वाची आरोग्यविषयक समस्या होऊ पाहते आहे. आजमितीला सात कोटी भारतीय मधुमेहाचे रुग्ण आहेत आणि इ.स. २०२५पर्यंत ही संख्या ८.२ कोटींपर्यंत जाईल असा अंदाज आहे. मधुमेहींच्या या आकाशाला भिडत जाणाऱ्या संख्येमध्ये तरुण युवक-युवतींची संख्या जशी मोठ्या प्रमाणात आहे, तशीच गरोदर अवस्थेत होणाऱ्या मधुमेहाने व्याधिग्रस्त झालेल्या महिलांचे प्रमाणही वाढत आहे. आज भारतात गर्भवती स्त्रियांपैकी १२ ते २० टक्के स्त्रियांमध्ये प्रसूतिपूर्व मधुमेह आढळून येतो.

दिवस राहण्याआधी मधुमेह नसलेल्या स्त्रियांना गरोदरपणात होणाऱ्या या मधुमेहाला 'जेस्टेशनल डायबिटीस' म्हणतात. म्हणजेच, या गरोदर स्त्रियांना अगोदर मधुमेह नसतो, परंतु गर्भवती अवस्थेत त्यांच्या रक्तातील ग्लुकोज साखरेचे प्रमाण प्रमाणित पातळीपेक्षा जास्त वाढते, अशा स्त्रियांना 'गरोदरपणातला मधुमेह झाला' असे म्हणतात.

'जेस्टेशनल डायबिटीस'ची कारणमीमांसा

गरोदर स्त्रीच्या पोटातील गर्भाला त्याच्या नाळेवाटे मातेकडून पोषकद्रव्ये मिळतात, त्यामुळे गर्भाची वाढ होत जाते. यासाठी नाळेतून काही संप्रेरकेदेखील स्रवतात. पण, यांपैकी काही संप्रेरके मातेच्या इन्सुलिनच्या कार्यात बाधा आणतात. यालाच 'इन्सुलिन अवरोध' म्हणतात. याच इन्सुलिन अवरोधामुळे त्या स्त्रीच्या शरीरामधील नैसर्गिक इन्सुलिन तिच्या रक्तातील साखरेचे नियंत्रण करण्यास कमी पडते. परिणामी, रक्तातील साखरेची पातळी वाढून तिला मधुमेह होतो.

सर्वसाधारणपणे हा मधुमेह गर्भावस्थेत केव्हाही होऊ शकतो. पण, बहुसंख्य स्त्रियांत तो चोविसाव्या आठवड्यांत झाल्याचे आढळते. कोणत्याही गरोदर स्त्रीला हा मधुमेह होऊ शकतो. पण, काही विशिष्ट गोष्टी असल्यास हा धोका अधिक असतो :

- **स्थूलत्व :** ज्यांचे वजन खूप जास्त असते, स्थूल अशा स्त्रियांना, विशेषतः ज्यांचा बीएमआय ३० पेक्षा जास्त आहे, अशांना गर्भवती अवस्थेत मधुमेह होण्याची शक्यता असते. (बीएमआय = किलोग्रॅममध्ये वजन भागिले मीटरमध्ये उंचीचा वर्ग)
- ज्या स्त्रियांच्या पहिल्या बाळंतपणात जन्मलेल्या बाळाचे वजन ४.५ किलोग्रॅमपेक्षा अधिक असेल.
- ज्या स्त्रियांना आधीच्या बाळंतपणात मधुमेहाचे निदान झाले असेल.
- ज्या स्त्रियांना मधुमेहाची कौटुंबिक पार्श्वभूमी आहे.
- ज्या गरोदर स्त्रियांचे वय ३० वर्षांपेक्षा जास्त असेल.

- ज्या स्त्रियांना बाळाच्या प्रसूतिपूर्व तपासणीत केलेल्या सोनोग्राफीमध्ये बाळाची वाढ अपेक्षेपेक्षा जास्त असेल किंवा गर्भजल जास्त असेल.
- ज्या स्त्रियांना गरोदरपणात योनिमार्गाचा संसर्ग वारंवार आढळून येत असेल.

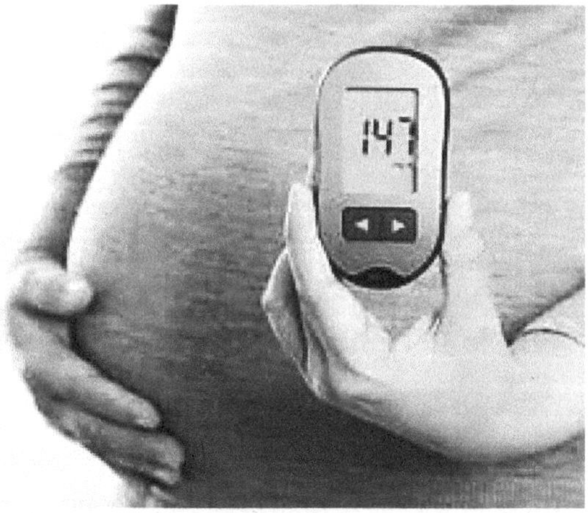

या गोष्टी प्रसूतिपूर्व तपासणीत लक्षात आल्यावर त्यांना असलेल्या जेस्टेशनल डायबिटीसच्या शक्यतेसाठी विशेष काळजी घेऊन त्यांच्या रक्तातील साखरेच्या वरचेवर तपासण्या कराव्या लागतात.

'जेस्टेशनल डायबिटीस'ची लक्षणे

तसे वरवर पाहता, या स्त्रियांना काही वेगळी लक्षणे जाणवत नाहीत. क्वचित काही जणींमध्ये वरचेवर तहान लागणे, सतत लघवी होणे, तोंडाला कोरड पडणे, जेवणापूर्वी कमालीचा थकवा जाणवणे, अशी काही लक्षणे आढळून येतात. पण ही लक्षणे अनेक स्त्रियांमध्ये गरोदरपणात मधुमेह नसतानासुद्धा दिसून येतात. त्यामुळे नियमित तपासण्या केल्यासच याचे निदान होऊ शकते.

'जेस्टेशनल डायबिटीस'चे रोगनिदान

प्रत्येक गर्भवती स्त्रीच्या पहिल्या प्राथमिक तपासणीत, वर उल्लेखलेले धोके आणि कौटुंबिक पार्श्वभूमी, पूर्वेतिहास यांचा सर्वांगीण विचार केला जातो. सातव्या महिन्यांत त्या स्त्रीची 'ग्लुकोज टॉलरन्स टेस्ट' केली जाते. नॅशनल डायबिटीस डेटा ग्रुप या संस्थेच्या मार्गदर्शक तत्त्वांप्रमाणे केल्या जाणाऱ्या तपासणीनुसार, तिला सकाळी पूर्ण उपाशीपोटी ७५ ग्रॅम ग्लुकोज देऊन दर अर्ध्या तासाने दोन तासांपर्यंत रक्तातील साखर तपासली जाते. यात तिला गरोदरावस्थेतील मधुमेह झाला आहे किंवा होण्याची शक्यता आहे, याची पडताळणी होते.

याऐवजी काही वेळेस ५० ग्रॅम साखरेचे पाणी देऊन एक तासाने साखर तपासतात. ती १४०च्या वर आली तर मधुमेह आहे, असे समजतात. काही चाचण्यांमध्ये ही साखर १३६च्या वर नसावी, असेही म्हटले आहे. आजकाल याऐवजी बऱ्याचदा एचबीए१सी ही तपासणी केली जाते.

नुकतीच 'जीसीडी ५९' नावाची एक नवी तपासणी शोधली गेली आहे. त्यामध्ये २४व्या ते २८व्या आठवड्यांत गर्भवती स्त्रीला मधुमेह होईल किंवा नाही याचे बिनचूक निदान होऊ शकते, असे सांगितले गेले आहे.

प्रसूतीमधील धोके

जेस्टेशनल डायबिटीस असलेल्या स्त्रियांच्या प्रसूतीमध्ये काही गंभीर धोके उद्‌भवू शकतात :

- गरोदरपणातला मधुमेह झालेल्या स्त्रियांच्या रक्तातील साखरेचे प्रमाण वाढल्याने ती साखर नाळेमधून बाळाच्याही रक्तात जाते. मात्र, त्यासोबत तिच्या शरीरातील इन्सुलिन जाऊ शकत नाही. त्यामुळे

बाळाच्या शरीरातील स्वादुपिंड अतिरिक्त साखर कमी करण्यासाठी अधिकाधिक इन्सुलिन निर्माण करू लागते. अशा रीतीने बाळाच्या पेशींमध्ये वाढीसाठी आवश्यक असलेल्या ऊर्जेपेक्षा अधिक ऊर्जा साखरेच्या रूपाने मिळाल्यामुळे ते लठ्ठ होण्याचा धोका संभवतो. परिणामी, अनेक आरोग्यविषयक समस्या निर्माण होऊ शकतात.

- जन्माच्या वेळी खांद्यांना दुखापत होण्याची शक्यता आणि श्वासोच्छ्वास करण्यास त्रास होऊ शकतो.
- जन्मानंतर बाळ लठ्ठ असू शकते आणि त्याला प्रौढपणी मधुमेह होण्याची शक्यता असते.
- या स्त्रियांचे बाळ आकाराने आणि वजनाने खूप जास्त असल्यामुळे त्यांच्या प्रसूतीला अडथळा येऊ शकतो. त्यामुळे या स्त्रियांची प्रसूती नॉर्मल न होता त्यांना सिझेरियन लागू शकते.
- या स्त्रियांच्या गर्भाशयात गर्भजल जास्त प्रमाणात निर्माण होते. त्यामुळे त्यांची प्रसूती दिवस पूर्ण भरण्याआधी अपुऱ्या दिवसांत होऊ शकते. यामध्ये त्यांना आणि त्यांच्या बाळाला धोका निर्माण होऊ शकतो.
- या स्त्रियांचे बाळंतपण अपुऱ्या दिवसांत म्हणजे सदतिसाव्या आठवड्यात उद्‌भवू शकते.
- गर्भावस्थेच्या शेवटच्या दिवसांत, या स्त्रियांना 'प्रीक्लॅम्पशिया' हा त्रास होऊ शकतो. यामध्ये त्या स्त्रीचा रक्तदाब खूप वाढतो, लघवीतून मोठ्या प्रमाणात प्रथिने जाऊ लागतात, त्यांच्या लाल रक्तपेशी, प्लेटलेट्स कमी होतात, त्यांच्या यकृताची आणि मूत्रपिंडाची कार्यक्षमता कमी होते, त्यांच्या सर्वांगावर सूज येते, त्यांची दृष्टी क्षीण होते, दम लागतो आणि त्यांना अपस्मारासारखे झटके येऊ शकतात. या विकारात माता आणि बालक दोघांच्याही जिवाला गंभीर धोका उद्‌भवू शकतो.
- मातेला गर्भावस्थेत मधुमेह असेल तर तिच्या बाळाला जन्मजात गंभीर स्वरूपाची कावीळ होण्याची शक्यता असते. बाळाचे स्वादुपिंड अतिरिक्त इन्सुलिन तयार करत असल्यामुळे जन्माच्या वेळी रक्तातील साखरेचे प्रमाण कमी होऊ शकते. त्यामुळे बालकांच्या जिवाला धोका असल्याने त्यांना जन्मतः नवजात अर्भकांच्या अतिदक्षता विभागात ठेवण्याची गरज भासते.
- प्रसूतीत क्वचितप्रसंगी मृत बालक जन्मण्याची शक्यता असते.
- प्रसूतीनंतर त्या स्त्रियांना कायमस्वरूपी मधुमेह होऊ शकतो.

'जेस्टेशनल डायबिटीस'वरील उपचार आणि घ्यावयाची काळजी

प्रसूतिपूर्व तपासणीत गर्भवती स्त्रीला जर मधुमेह असल्यास तिचे बाळंतपण हे 'हाय रिस्क प्रेग्नन्सी' किंवा जोखमीची प्रसूती मानली जाते. साहजिकच, तिची प्रसूती जिथे नवजात अर्भकांचा अतिदक्षता विभाग आहे अशा सुसज्ज रुग्णालयातच करावी लागते. प्रसूतितज्ज्ञांबरोबरच मधुमेह विशेषज्ञांचा सल्ला आणि उपचार बाळंतपण होईपर्यंत आणि त्यानंतर किमान सहा महिने चालू ठेवावेत. गरोदर अवस्थेतील पहिल्या तीन महिन्यांत पोटातील बाळाची सोनोग्राफी करून बाळाची वाढ, गर्भजल, बाळाच्या शरीरातील व्यंग, हृदयाची परिस्थिती या सर्व गोष्टी जाणून घ्याव्यात आणि त्यापुढेही वैद्यकीय सल्ल्याने त्या करत राहाव्यात.

इतर मधुमेही रुग्णांप्रमाणेच प्रसूतिपूर्व मधुमेह हादेखील योग्य आहार, थोडाबहुत व्यायाम आणि आवश्यक औषधांनी नियंत्रित होतो. त्यामुळे या तिन्ही गोष्टींमध्ये वैद्यकीय सल्ल्यानेच वागावे.

- **आहार :** आहारात नेहमीपेक्षा २५० ते ३०० कॅलरीज अधिक असाव्यात. या अतिरिक्त आहारात १५ ग्रॅम प्रथिने, ५०० मिग्रॅ कॅल्शिअम, ५०० मायक्रोग्रॅम फॉलिक ॲसिड, आणि ब जीवनसत्त्व

नेहमीपेक्षा अधिक असावेत. या महिलांनी इतर गर्भवती स्त्रियांप्रमाणे डिंक लाडू, सुका मेवा असे पदार्थ खाऊ नयेत.

- **व्यायाम :** पहिल्या तीन महिन्यांत मर्यादित चालण्याचे व्यायाम करावेत. त्यानंतर सोसवेल तितके थोडे-थोडे चालणे, घरातील नित्य कामे करणे करत राहावे.
- **औषधे :** मधुमेह विशेषज्ञांना नियमित भेटून आवश्यक त्या तपासण्या नियमाने कराव्यात आणि त्यांच्या सल्ल्याप्रमाणे औषधे आणि सांगितलेल्या मात्रेमध्ये इन्सुलिन घ्यावे.

गर्भवती अवस्थेतील मधुमेही स्त्रीची प्रसूती सुखरूप व्हावी, तिला तसेच तिच्या बाळाला विशेष त्रास होऊ नये याकरिता गर्भवती स्त्री आणि तिच्या कुटुंबीयांचे संपूर्ण सहकार्य आवश्यक असते. हा सर्व उपचार पूर्णपणे शास्त्रीय तत्त्वांनी करावा लागतो. प्रसूतितज्ज्ञ, मधुमेह विशेषज्ञ, परिचारिका, आहारतज्ज्ञ आणि नातेवाईक यांनी एकत्रितपणे काम करावे लागते.

गर्भवती अवस्थेतील मधुमेहाचे उपचार करताना अनेकदा त्या स्त्रीच्या रक्तातील साखर कमी होऊन गरगरणे, चक्कर येणे असे त्रास होऊ शकतात. असा त्रास झाल्यास दोन-तीन चमचे ग्लुकोज किंवा साधी साखर खावी. असे होऊ नये म्हणून दर तीन-चार तासांनी थोडा-थोडा आहार घेत राहावा.

या स्त्रियांनी आपल्या उपचाराद्वारे रक्तातील साखर उपाशीपोटी किंवा जेवणाआधी ९५ मिलिग्रॅम आणि जेवणानंतर एक तासाने १४० मिलिग्रॅम किंवा त्यापेक्षा थोडी कमी, आणि जेवणानंतर दोन तासांनी १२० मिलिग्रॅम या प्रमाणात ठेवणे गरजेचे असते. एचबीए१सीचे प्रमाण ६.४ पेक्षा कमी असल्यास उत्तम असते.

बाळंतपणानंतर साधारणतः दीड ते दोन महिन्यांत रक्तातील साखरेची पातळी सामान्य होऊ लागते. त्यानंतर मधुमेहाची औषधे डॉक्टरांच्या सल्ल्यानुसार थांबवावीत. पण रक्ताची तपासणी त्यापुढेही चालू ठेवावी. कारण काही रुग्णांमध्ये प्रसूतिपश्चातसुद्धा मधुमेह कायम राहतो.

विशेष म्हणजे, या काळात ज्या स्त्रियांचा मधुमेह बरा होतो, त्यांच्यापैकी निम्म्या स्त्रियांना त्यापुढे १२-१५ वर्षांनी कायमचा मधुमेह उद्भवतो.

दिवस राहण्याच्या आधीपासून ज्यांना मधुमेह आहे, अशा स्त्रियांनी गर्भधारणेचा निर्णय विचारपूर्वक घ्यावा. हा निर्णय घेण्याआधी किमान सहा महिने आधीपासून मधुमेह आणि वजन पूर्ण आटोक्यात असायला हवे. या स्त्रियांना गर्भधारणा झाल्यास त्यांचा मधुमेह, 'प्रीजेस्टेशनल डायबिटीस' किंवा प्रसूतिपूर्वकालीन मधुमेह म्हणून गणला जातो. या स्त्रियांनासुद्धा खूप काळजी घ्यावी लागते. त्यानंतर साधारण गर्भावस्थेचे आठ आठवडे झाल्यावर मधुमेह विशेषज्ञांच्या सल्ल्याने गोळ्या बदलून इन्सुलिनद्वारे साखर नियंत्रणात ठेवावी. कॅल्शिअम, ब जीवनसत्त्व, लोह, फॉलिक ॲसिडच्या गोळ्या दिवस राहिल्यावर, पहिल्या तीन महिन्यांतच प्रसूतितज्ज्ञांच्या सल्ल्याने सुरू कराव्यात. या स्त्रियांना अकल्पित आणि अनियोजित गर्भधारणा झाल्यास त्यांनी मधुमेह विशेषज्ञांचा सल्ला घ्यावा.

प्रसूतिपूर्व काळातील मधुमेहाचे वाढते प्रमाण आणि त्याचे बाळांवर आणि आईच्या आरोग्यावर दुष्परिणाम पाहता, या आजाराबद्दल सर्व थरात राष्ट्रीय पातळीवर जनजागृती होणे नितांत आवश्यक आहे. प्रसूतिपूर्व तपासणीत सरकारी, निमसरकारी आणि खासगी रुग्णालयात प्रत्येक गर्भवती स्त्रीची या आजारासाठी काटेकोर तपासणी व्हायला हवी.

❑❑❑

गर्भवती स्त्रियांचे लसीकरण अत्यावश्यक

माणसाच्या आयुष्यात कुठलाही आजार म्हणजे एक वेदनादायी प्रसंग असतो. आणि मृत्यूच्या दाढेत नेणारे प्राणघातक आजार ही तर कमालीची दु:खकारक घटना असते. जिवंत माणसाला होत्याचे नव्हते करणारे हे आजार एका माणसाकडून दुसऱ्याकडे वेगाने पसरतात आणि बघता-बघता गावेच्या गावे उद्ध्वस्त होतात. पूर्वीच्या काळातल्या प्लेगसारख्या आणि आजच्या युगातल्या इबोला, करोनासारख्या आजारांनी आजवर लाखो कुटुंबे रस्त्यावर आली, अनेक देशांची अर्थव्यवस्था कोलमडली. शतकानुशतके असे आजार पाहणाऱ्या आणि त्यावर इलाज शोधणाऱ्या वैद्यकीय शास्त्रज्ञांनी या आजारांना रोखण्यासाठी, त्यांच्यावर मात करण्यासाठी आणि प्रसंगी या आजारांना पृथ्वीतलावरून नष्ट करण्यासाठी शास्त्रोक्त प्रयत्नांची पराकाष्ठा चालूच ठेवली आहे.

इ.स. १८०२मध्ये डॉ. एडवर्ड जेन्नर या ब्रिटिश वैद्यकीय शास्त्रज्ञाने देवीच्या लसीचा शोध लावला आणि तब्बल १०८ वर्षांच्या अथक लसीकरण मोहिमेनंतर १९८०मध्ये देवी (स्मॉल पॉक्स) या प्राणघातक आजाराचे जगभरातून समूळ उच्चाटन झाले.

१९५५मध्ये जोनास साल्कने पोलिओची लस शोधली आणि १९६१मध्ये अल्बर्ट सबिननी मुखाद्वारे देण्याची थेंबाच्या स्वरूपातील लस विकसित केली. लाखो बालकांना पांगळे करून सोडणाऱ्या या आजारापासून २०१४मध्ये भारत 'पोलिओ मुक्त' देश झाला. पाकिस्तान, अफगाणिस्तान, नायजेरिया असे मोजके देश सोडले तर जगभरात पोलिओचे नामोनिशाण शिल्लक राहिलेले नाही.

लसीकरणाचे महत्त्व

कुठल्याही संसर्गजन्य आजाराशी सामना करण्यासाठी आपल्या शरीरात रोगप्रतिकारक शक्ती असते. यातील काही भाग जन्मजात असतो, तर काही भाग आपण जन्मल्यावर आईच्या पहिल्या स्तनपानातून मिळतो. मात्र, असे अनेक संसर्गजन्य आजार असतात, ज्यांच्या जंतूंशी लढून त्यांच्यावर मात करण्याचा अनुभव आपल्या शरीरातील प्रतिकारशक्तीच्या सैन्याला नसतो. हा अनुभव देण्याची किमया लसी करतात.

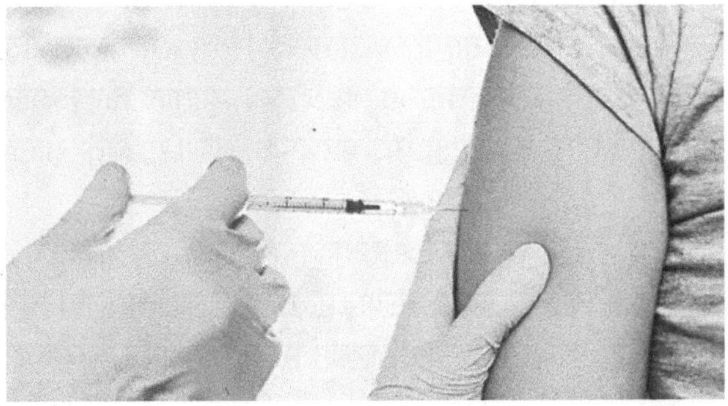

लस म्हणजे काय असते?

कोणतीही रोगप्रतिबंधक लस म्हणजे त्या रोगाचे मृत अथवा जंतूचा विखार नष्ट केलेले अर्धमेले जंतू किंवा जंतूंच्या विषारी भागाचा अंश असते. ही लस शरीरात गेली तर आपल्या शरीरातील रोगप्रतिकारक शक्तीची त्या रोगजंतूंशी लढण्याची रंगीत तालीमच होते. लसीत सबळ जंतू नसल्याने शरीराला तो रोग होत नाही; मात्र त्या रोगजंतूंशी लढण्याचा अनुभव प्राप्त होतो. प्रतिकारशक्ती वाढवण्यासाठी या लसीचे शरीरात प्रशिक्षण देणे म्हणजे प्रतिबंधक लसीकरण होय. लसीकरणामुळे आजाराची तीव्रता कमी केली जाते किंवा काही आजार टाळले जातात.

प्रतीबंधक लसीकरणामुळे टळणारे आजार

१	कांजिण्या	१०	गालगुंड (मम्प्स)
२	घटसर्प	११	न्युमोकॉकल
३	फ्लू (एन्फ्ल्युएन्झा)	१२	पोलिओ
४	हिपॅटायटिस-ए	१३	रोटाव्हायरस
५	हिपॅटायटिस-बी	१४	रूबेला
६	हिमोफिलस एन्फ्ल्युएन्झा टाईप बी (हिब)	१५	शिंगल्स (नागीण)
७	ह्युमन पॅपिलोमा व्हायरस (एचपीव्ही)	१६	धनुर्वात
८	गोवर	१७	डांग्या खोकला (व्हूपिंग कॉफ)
९	मेनिंगोकॉकल	१८	घटसर्प (पर्टुसिस)

सद्यःस्थिती

सहज उपलब्ध असलेल्या रोगप्रतिकारक लसींचा वापर न केल्यामुळे दर वर्षी २० लाख मुले विविध रोगांना बळी पडतात. लसीकरण केलेल्या मुलामुलींचा अशा प्राणघातक रोगांपासून किंवा त्यांच्यामुळे उद्‌भवणाऱ्या विकृतींपासून बचाव होतो. लसीकरण मिळणे हा प्रत्येक बाळाचा हक्क आहे. प्रत्येक मुलामुलीचे लसीकरण करणे गरजेचे असते.

आज परिस्थिती अशी आहे, की जे संसर्गजन्य आजार प्रतिबंधक लस दिल्यावर टळू शकतात, अशा आजारांनीच जगभरातल्या लाखो गरोदर स्त्रिया, त्यांची नवजात अर्भके आणि पाच वर्षांखालील मुले मोठ्या प्रमाणात मृत्युमुखी पडत आहेत. शिवाय, यातील काही आजारांनी असंख्य लहान मुलामुलींना जन्मजात विकृती निर्माण होत आहे. गर्भधारणेपूर्वी आणि गर्भवती झाल्यावर स्त्रियांना काही संसर्गजन्य आजार झाले तर –

- त्यांच्या बाळाची रोगप्रतिकारशक्ती खालावते.
- यातील काही आजारांमुळे मृत किंवा जन्मजात विकृती असलेली बालके जन्माला येतात.
- काही बालकांना जन्मानंतर काही गंभीर संसर्गजन्य आजार उद्‌भवतात.

त्यामुळे गर्भवती महिलांचे लसीकरण केले तर –

- त्या मातांचे आणि त्यांच्या बाळांचे त्या आजारांपासून संरक्षण होते.
- त्या बाळांना त्या आजारांबाबत जन्मजात प्रतिकारशक्ती प्राप्त होते.

आजमितीला बालकांचे लसीकरण जन्मापासून केले जाते. साधारणतः सहा महिन्यांपासून दोन वर्षांपर्यंत अनेक आजारांविरुद्ध प्रतिकारशक्ती त्यांच्यात तयार होते. मात्र, हे लसीकरण पूर्ण होण्याआधीच त्या आजारांनी बालकांना ग्रासले, तर त्या बाळांवर गंभीर परिस्थिती ओढवते. गर्भवती मातांचेच लसीकरण केले तर ही गोष्ट टळू शकते.

गर्भवती मातांचे लसीकरण

गर्भवती महिलांनी लसीकरण करून घेणे फार महत्त्वाचे असते. मातांना दिलेल्या लसींचा फायदा हा गर्भातील बाळांना होत असतो. गर्भवती स्त्रीने अगोदरच लस घेतली तर तिला गर्भारपणाच्या आणि प्रसूतीच्या वेळी होणाऱ्या गंभीर त्रासातून सुटका मिळते.

गर्भारपणात स्त्रीच्या संप्रेरकांमध्ये बदल होत असतात. याकरिता पौष्टिक आहार आणि नियमित व्यायाम करणे तर गरजेचे असतेच. मात्र, यासोबतच तिचे लसीकरणदेखील तिच्या आणि बाळाच्या आरोग्यासाठी महत्त्वाचे असते. विविध आजारांच्या प्रतिबंधक लसी गर्भवती महिलांमध्ये विविध रोगांपासून प्रतिकारशक्ती निर्माण करतात. उदाहरणार्थ,

- रूबेला हा गंभीर संसर्गजन्य आजार असतो. तो रूबेला विषाणूमुळे होतो. यामुळे गर्भावस्थेच्या पहिल्या तीन महिन्यांत अकाली प्रसूतीची शक्यता वाढते.
- एखाद्या महिलेला गर्भावस्थेदरम्यान हिपॅटायटिसचा संसर्ग झाला तर जन्माच्या दरम्यान तो आजार बाळालाही होऊ शकतो.

गर्भवती महिलांना दिल्या जाणाऱ्या लसी

१. **धनुर्वात प्रतिबंधक (टिटॅनस टॉक्साईड) लस :** गर्भारपणाच्या २४ आठवड्यांनंतर द्यायची असते. म्हणजे सहा महिने ते नऊ महिने या काळात, चार आठवड्यांच्या अंतराने एकूण दोनदा ही लस दिली जाते. यामुळे प्रसूतीनंतर होणाऱ्या धनुर्वातापासून तिचे रक्षण होते. गेल्या अनेक वर्षांपासून ही लस महिलांना दिली जाते आहे. साहजिकच, आज प्रसूतिपश्चात होणाऱ्या धनुर्वाताची संख्या अगदी नगण्य झाली आहे.

२. **कावीळ प्रतिबंधक (हिपॅटायटिस ए) लस :** गर्भवती महिलेला हिपॅटायटिसचा संसर्ग झाल्यास तिला होणाऱ्या बाळालाही हा आजार होण्याची दाट शक्यता असते. हे टाळण्यासाठी ही लस टोचली जाते. याचे दोन डोस सहा महिन्यांच्या अंतराने घ्यावेत. गर्भवतीच्या दृष्टीने ही लस पूर्णपणे निर्धोक असते.

३. **हिपॅटायटिस बी लस :** गर्भधारणेच्या काळात हिपॅटायटिस बी या लसीचे तीन डोस मातांना द्यावेत. यात शून्य, पहिल्या व सहाव्या महिन्यांत ही लस घ्यावी लागते. हा एक गंभीर आणि पूर्ण बरा न होणारा आजार असून बालकांना भावी आयुष्यात यकृताच्या मोठ्या विकारांपासून संरक्षण मिळते. ही लसदेखील गरोदर मातेला पूर्णपणे निर्धोक असते.

४. **एन्फ्ल्युएन्झा लस :** या लसीचे दोन प्रकार असतात. त्यातील एन्फ्ल्युएन्झा इनॲक्टिव्हेटेड ही लस दिली जाते. मात्र, जिवंत विषाणू असलेली लस दिली जात नाही. एन्फ्ल्युएन्झा इनॲक्टिव्हेटेड ही लस दिल्यास मातेचे आणि पर्यायाने बालकांचे विविध संसर्गापासून संरक्षण होते. यामध्ये फ्लू, स्वाईनफ्लू, न्यूमोनिया यांसारख्या आजारांपासून गर्भवतीचे आणि बाळाचे संरक्षण होते. ही लस जून आणि ऑक्टोबर दरम्यान दिली जाते. पण ती गर्भावस्थेच्या कोणत्याही काळात घेतली तरी चालते. शक्य असल्यास गर्भवती महिलेच्या घरातील संपर्कात असणाऱ्या सर्व व्यक्तींनी ही लस जरूर घ्यावी.

४. **टीडॅप लस :** ही लस नवीन असून या लसीसंदर्भात अद्याप जागरूकता नाहीये. धनुर्वात (टिटॅनस), घटसर्प (डिफ्थेरिया) आणि डांग्या खोकला (पर्टुसिस) असे तीन आजार टाळण्यासाठी ही लस दिली जाते. म्हणून तिला टीडीएपी किंवा टीडॅप म्हणतात.

- धनुर्वात (टिटॅनस) हा आजार गर्भावस्थेदरम्यान झाल्यास महिलेचा जीव धोक्यात येतो.
- घटसर्प (डिफ्थेरिया) हा श्वसनाचा संसर्गजन्य आजार असून तो श्वसनाच्या समस्या, पॅरॅलिसीस आणि कोमा यांना कारणीभूत ठरू शकतो.
- डांग्या खोकला (पर्टुसिस) हा एक संसर्गजन्य जिवाणूंचा आजार असून तो नवजात बालकांच्या मृत्यूस कारणीभूत ठरतो.

त्यामुळे धनुर्वात, घटसर्प आणि डांग्या खोकला प्रतिबंधक लस गरोदरपणाच्या २७ ते ३६व्या आठवड्यांत म्हणजे सातव्या महिन्यापासून नवव्या महिन्याच्या काळात घ्यावी लागते.

५. **टायफॉईड :** स्त्रियांना प्रसूतीनंतर विषमज्वर (टायफॉईड) होऊ नये म्हणून ही लस दिली जाते. ही लस घेतल्यानंतर गर्भवती स्त्रियांनी गर्दीच्या ठिकाणी जाऊ नये. तसेच बाहेरून आल्यावर, जेवणापूर्वी आणि नंतर हात साबणाने स्वच्छ धुवावेत, जेणेकरून बाळाला संसर्ग होणार नाही.

६. **हिब (हिमोफिलस एन्फ्ल्युएन्झा टाईप बी) :** गर्भवती महिलेच्या प्लीहेच्या कार्यात दोष असेल, तिला सिकल सेल डिसीज असेल, किंवा हाडाच्या मगजाचे प्रत्यारोपण झाले असेल तर ही लस देणे अत्यावश्यक असते. हिमोफिलस एन्फ्ल्युएन्झा टाईप बी आजार बाळांना झाल्यास त्यांच्या मेंदूच्या आवरणांना सूज येणे, रक्तामध्ये जंतूंचा प्रादुर्भाव होणे, घशातील श्वासनलिका आणि अन्ननलिके यांना विभागणाऱ्या एपिग्लॉटीसला (अधीस्वरदारला) सूज येणे असे गंभीर आणि प्राणघातक आजार होऊ शकतात. मातेने ही लस घेतल्यास बाळाचे त्यापासून पूर्ण संरक्षण होते.

७. **मेनिंगोकॉकल लस :** ज्यांची प्लीहा काढलेली आहे किंवा ज्या माता एचआयव्ही पॉझिटिव्ह आहेत अशांनी ही लस घ्यावीच लागते. होस्टेलमध्ये राहणाऱ्या कॉलेजच्या मुली, नर्सेस, मेडिकल लॅबमध्ये तसेच सैन्यदलात काम करणाऱ्या स्त्रियांनी गर्भधारणा झाल्यावर ही लस घ्यावी, असे सांगितले जाते.

८. **न्युमोकॉकल लस :** ज्या स्त्रियांना गर्भधारणा होण्याआधी मधुमेह असेल अशांनी ही लस घेणे गरजेचे आहे.

९. **रेबीज लस :** गर्भवती महिलेस कुत्र्याने किंवा इतर प्राण्याने चावा घेतल्यास रेबीज इम्यूनोग्लोबिन किंवा चिकसेल एम्ब्रियो लस देण्याबाबत अनेक उलटसुलट मतप्रवाह आहेत. पण, कुत्रा जर रेबीज आजाराने ग्रस्त असेल, तर रेबीज होण्यापेक्षा तिला ही लस देण्यास हरकत नसते.

१०. **पीतज्वर :** आफ्रिका आणि दक्षिण अमेरिका खंडांतील देशांत प्रवास करताना पीतज्वराची (यलो फीवर) लस घेणे आवश्यक असते. गर्भवती स्त्रियांनी ही लस घेतल्यास ती निर्धोक असते. मात्र, असा प्रवास आधीपासूनच ठरला असेल तर गर्भधारणा होण्यापूर्वी ती घेतल्यास उत्तम असते.

या लसी नकोत

गर्भवती स्त्रियांना एचपीव्ही, गोवर, गालगुंड, रूबेला, कांजिण्या या लसी देता येत नाहीत. या आजारांपासून संरक्षण मिळवण्यासाठी स्त्रियांनी गर्भधारणेचे नियोजन करण्यापूर्वी किमान दीड महिना आधी त्या घ्याव्यात.

गर्भारपणात घेतलेल्या लसींमुळे नवजात अर्भकांना काही काळ संरक्षण मिळते, पण त्यांना लसीकरणाच्या वेळापत्रकानुसार सर्व लसी नियमितपणे द्याव्यात.

या विविध प्रकारच्या लसी सर्वच गर्भवती महिलांना खासगी तसेच सरकारी आणि पालिका रुग्णालयात दिल्या जातात. गरजू महिलांसाठी सरकारी दवाखान्यात त्या मोफतही उपलब्ध असतात.

कोरोना प्रतिबंधक लस : मार्च २०२१पर्यंत उपलब्ध असलेल्या माहितीनुसार, सध्या दिल्या जाणाऱ्या लसींच्या चाचण्या गर्भवती स्त्रियांवर केलेल्या नाहीत. त्यामुळे या लसी गर्भवती स्त्रियांनी घेऊ नयेत. भविष्यकाळात गर्भवती स्त्रियांसाठी सुरक्षित असलेली प्रमाणित लस उपलब्ध होण्याची शक्यता आहे. त्यानंतरच त्या गरोदर मातांना देणे उचित ठरेल.

असंख्य संक्रमक आजारांनी जगभरात आज धुमाकूळ घातला आहे. त्याला सर्वात जास्त प्रमाणात बळी पडतात ती अर्भके आणि बालके. गर्भवती मातांचे या आजारांसाठी लसीकरण केल्यास या आजारांचे प्रमाण, त्यामुळे होणारे मृत्यू आणि अपंगत्व नक्की कमी होईल. यातून देवी आणि पोलिओसारख्या अनेक महाभयानक आजारांना कदाचित जगातून हद्दपारही करता येईल.

❒❒❒

मातृदुग्ध पेढी : बालकांना जीवनदान देणारी संकल्पना

आईच्या उदरातून जन्मलेल्या नवजात अर्भकासाठी मातेचे स्तनपान हाच सर्वश्रेष्ठ आणि संपूर्ण आहार असतो. मातेच्या दुधात त्या बालकाला आवश्यक असलेले सर्व घटक अगदी योग्य प्रमाणात असतात. पहिल्या चार ते सहा महिन्यांत केवळ आईचे दूध हे बाळाचे खाद्यही असते आणि पेयही असते. या काळात त्यास कोणतेही इतर अन्न किंवा पाणीसुद्धा लागत नाही.

नवजात बालकांना त्यांच्या आईच्या कुशीत ठेवले तर प्रसूतीनंतर एका तासातच स्तनपान देता येते. बालकाने वारंवार स्तनपान केले तर मातेच्या दुधामध्येही वाढ होते. जवळजवळ प्रत्येक आई बालकास यशस्वीपणे आपले दूध पाजू शकते. स्तनपानाद्वारे बालके व मुलांचे जीवघेण्या रोगांपासून संरक्षण होते. याशिवाय, स्तनपानातून आई व मुलामध्ये विशेष नाते घडवले जाते.

मात्र काही विशेष परिस्थितींमध्ये बाळ आणि त्याची आई यांचे स्तनपानाचे नाते दुरावते. यात –

- आईला एचआयव्ही किंवा तत्सम एखादा संसर्गजन्य अथवा दुर्धर आजार असणे
- स्तनांमध्ये दोष असणे
- संप्रेरकामध्ये दोष असल्याने दूध न येणे
- स्तनाग्रांमध्ये दोष असणे
- प्रसूतिदरम्यान किंवा प्रसूतिपश्चात मातेचा मृत्यू होणे

अशा बाळांना स्वतःच्या मातेचे दूध जरी मिळाले नाही तरी इतर कोणत्यातरी आईचेच दूध मिळावे याकरता 'मातृदुग्ध पेढी' किंवा 'ह्युमन मिल्क बँक' ही संकल्पना राबवली जाते.

'मातृदुग्ध पेढी'चा इतिहास

फार पूर्वीपासून कुठलाही नातेसंबंध नसलेल्या बाळाला आपले दूध पाजणाऱ्या स्त्रियांना 'दाई मां' म्हणत असत. अशा दायांची पुरातन काळापासून इतिहासात नोंद आहे. राजे-रजवाड्यांच्या काळात ही प्रथा चांगलीच प्रचलित होती. पंधराव्या शतकात दायांना होणाऱ्या सिफिलीससारख्या आजारांमुळे ही प्रथा काहीशी मागे पडली. परंतु भारतातल्या ब्रिटिश ऑफिसर्सच्या मुलांना दुधासाठी 'ओली दाई' (वेट नर्सेस) ठेवण्याची प्रथा अठराव्या आणि एकोणिसाव्या शतकापर्यंत मोठ्या प्रमाणात पाळली जात होती.

विसाव्या शतकात आईचे दूध न मिळणाऱ्या अर्भकांना पावडर स्वरूपातील दूध तसेच बेबी फीडिंग फॉर्म्युला देण्याची टूम निघाली. मात्र, या पावडरीमधून बाळाला मातेच्या दुधातून जशी मिळते, तशी रोगप्रतिकारशक्ती मिळत नाही, हे सिद्ध झाले. तसेच, या बेबी फीडिंग फॉर्म्युल्याद्वारे पोषण होणाऱ्या

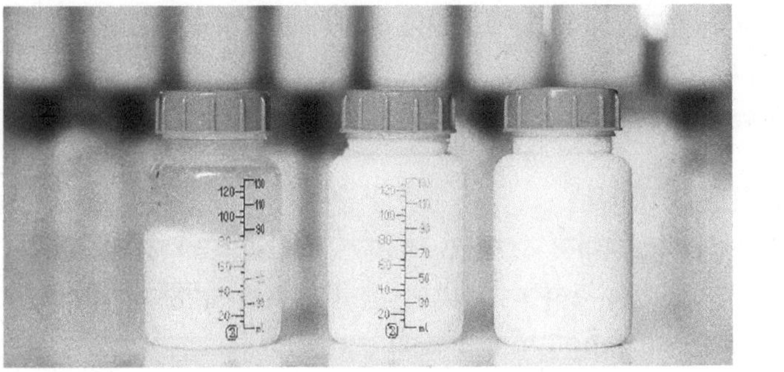

बालकांत जुलाबांचे विकार सतत होणे आणि त्यामुळे बालके दगावण्याचे प्रकार मोठ्या प्रमाणात आढळून आले. यातून या इन्फन्ट फॉर्म्युल्यामधील फोलपणा सिद्ध झाला. आणि मातेच्या दुधाचे महत्त्व पुन्हा एकदा अधोरेखित झाले.

विसाव्या शतकाच्या अखेरीस या प्रथेचे 'मातृदुग्ध पेढी'च्या स्वरूपात शास्त्रीयदृष्ट्या पुनरुज्जीवन झाले आहे. जागतिक आरोग्य संघटना (डब्ल्यूएचओ) आणि युनिसेफने १९८०मध्ये जाहीर केलेल्या संयुक्त परिपत्रकात, स्वतःच्या मातेचे दूध घेऊ न शकणाऱ्या बाळाला त्याच्या मातेचे स्तनातून पंपाद्वारे काढलेले किंवा मातृदुग्ध पेढीतले दूध हेच सर्वात उत्तम असते आणि ते देण्यासाठी मातृदुग्धपेढ्या स्थापन केल्या पाहिजेत, असे ठासून प्रतिपादन केले होते.

१९९१मध्ये डॉ. अर्मिडा फर्नांडिस यांनी भारतातील पहिली मातृ दुग्धपेढी मुंबईत सुरू केली. महाराष्ट्रात सध्या ज्या मातृदुग्ध पेढ्या आहेत, त्यात सर्वात जास्त म्हणजे पाच दुग्धपेढ्या मुंबईत आहेत. त्यामध्ये जे. जे. हॉस्पिटल, सायन हॉस्पिटल, केईएम हॉस्पिटल, नायर हॉस्पिटल आणि ठाण्याचे राजीव गांधी हॉस्पिटल यांचा समावेश आहे. याशिवाय, पुण्यात ससून हॉस्पिटल, केईएम हॉस्पिटल, सह्याद्री हॉस्पिटल्स, डी. वाय. पाटील हॉस्पिटल आणि दीनानाथ मंगेशकर येथे कार्यान्वित असलेल्या दुग्धपेढ्या आहेत. भारतभरात नवी दिल्ली, गोवा, बडोदा, सुरत, हैदराबाद, होशंगाबाद, उदयपूर, जयपूर, कोलकाता, चेन्नई अशा अनेक शहरांत जिथे दान केलेल्या मातृदुधाचे संकलन, तपासणी, प्रक्रिया, साठवण आणि वाटप करणाऱ्या मातृदुग्धपेढ्या उत्तम रीतीने कार्यरत आहेत.

आकडेवारीनुसार, भारतात दर एक हजार प्रसूतींमध्ये ८७ बालके मृत जन्मतात, जिवंत जन्मलेल्या एक हजार बालकांमधली ४३ बाळे जन्मल्यावर एक महिन्याच्या आत मरण पावतात. यामध्ये मातेचे दूध न मिळाल्याने होणाऱ्या मृत्यूची संख्या पाच टक्क्यांहून जास्त असते. अशा बालकांना मातृदुग्ध पेढीची योजना एक प्रतिबंधक वैद्यकीय उपाय म्हणून उपयुक्त ठरू शकते.

'मातृदुग्ध पेढी'चे लाभार्थी

- दुग्धपेढीचा लाभ होणारी बालके
- मुदतपूर्व जन्म झालेले बाळ
- जन्मतः खूप कमी वजन असलेली बालके
- प्रसूतीनंतर मातेला गंभीर आजार झाल्यामुळे आईच्या दुधाला वंचित होणारी अर्भके
- जनरल अॅनेस्थेशियाखाली झालेल्या सिझेरियन शस्त्रक्रियेने जन्माला आलेली बालके

- सपाट किंवा स्तनाच्या आत गेलेली स्तनाग्रे असलेल्या मातांची बालके
- जुळे, तिळे म्हणून जन्मलेली बाळे
- मूल न झाल्याने दत्तक घेतली गेलेली बालके

दुग्धदान करणाऱ्या स्त्रिया

दूध येत असलेल्या ज्या स्त्रियांना आपल्या बाळाला पाजल्यावरही अतिरिक्त दूध येते, अशा मातांना दुग्धदान करता येते. याशिवाय, अपुऱ्या दिवसांत प्रसूती झालेल्या बाळांच्या माता, आजारी किंवा टाळूमध्ये दोष असलेल्या बाळांच्या माता, जन्मानंतर काही काळात ज्यांचे बाळ दगावले अशा माता, ज्यांना बाळ मोठे झाल्यावरही दूध येत राहते अशा काही स्त्रिया दुग्धपेढीसाठी दूध देऊ शकतात.

दुग्धदानासाठी अपात्र

दुग्धदान करणाऱ्या मातांना एचआयव्ही, हिपॅटायटीस बी - सी, सिफिलीस, क्षयरोग अशांपैकी कोणताही संसर्गजन्य आजार असून चालत नाही. या स्त्रियांना त्यांच्या पूर्वायुष्यात काही आजार होऊन गेल्याचा इतिहास असल्यास त्याही दुग्धदान करण्यास अपात्र ठरतात. ज्या स्त्रिया दुग्धदान करतात त्यांची दर तीन महिन्यांनी या आजारांबाबत तपासण्या व्हावी लागते. कमर्शिअल सेक्स वर्कर, मानसिक विकृती असलेल्या स्त्रिया, एचआयव्ही पॉझिटिव्ह, हिपॅटायटीस बी तसेच सी पॉझिटिव्ह, व्हीडीआरएल पॉझिटिव्ह, अवयवदानामधील लाभार्थी, नशिली औषधे, तंबाखू, मद्यप्राशन अशी व्यसने असलेल्या स्त्रिया, गंभीर वैद्यकीय आजार असलेल्या महिला, स्वखुशीने दुग्धदानासाठी तयार नसलेली माता यांच्याकडून दुग्धपेढीसाठी दूध घेतले जात नाही.

❑❑❑

वंध्यत्व

मूल होणे हा तसा प्रत्येक जोडप्याच्या आयुष्यातील जिव्हाळ्याचा आणि आनंदाचाही क्षण असतो. पण आजच्या गतिमान युगात अनेक वैद्यकीय सुविधा असूनही या आनंदाच्या क्षणावर नवीन-नवीन अडचणींचे सावट येत आहे. वंध्यत्वाचे रुग्ण समाजामध्ये अधिक संख्येने दिसत आहेत. सध्या फर्टिलिटीपेक्षा 'इन्फर्टिलिटी' हाच शब्द लोकांच्या नजरेत भरतो आहे, एवढे याचे प्रमाण खूपच वाढले आहे.

जागतिक आरोग्य संघटनेच्या व्याख्येनुसार, दोन वर्षांच्या नैसर्गिक संबंधांनंतरसुद्धा गर्भधारणा होत नसेल तर अशा जोडप्यांना वंध्यत्व (इन्फर्टिलिटी) आहे, असे म्हणतात. गेल्या दोन दशकांमध्ये भारतातील वंध्यत्वाची टक्केवारी लक्षणीय वाढली आहे. आजकाल जोडप्याला लग्नानंतर दोन नव्हे; तर एक ते दीड वर्षानंतरच कोणतेही गर्भनिरोधक साधन न वापरता शरीरसंबंध होऊनदेखील गर्भधारणा होत नसेल, तर त्या जोडप्यास वंध्यत्व आहे, असे मानले जाते. आजमितीला १० पैकी एका जोडप्याला गर्भधारणेत अडचणी येत आहेत. हे प्रमाण शहरात अधिक आहे. आजची प्रगत जीवनशैली मूल होण्याच्या नैसर्गिक प्रक्रियेत अडचणी निर्माण करते आहे.

वंध्यत्ववाढीची कारणे

भारतात आज लग्न झालेल्या जोडप्यांमधील १० ते १५ टक्क्यांना वंध्यत्वाची समस्या भेडसावते असून यात दर वर्षी २० टक्क्यांची भर पडते आहे. या आमूलाग्र बदलाची कारणे भारतातील बदलेल्या जीवनशैलीत आणि सामाजिक रूढीत सापडतात.

१. **उशिरा लग्न :** आज उच्चशिक्षण घेण्याच्या आणि करिअर सुस्थापित करण्याच्या भरात बरेच तरुण मुले आणि मुली लग्न उशिरा करत आहेत. मागील पिढीत मुलींची लग्ने १८ ते २० वयात होत होती, आज हे वय २८ ते ३५ पर्यंत वर सरकले आहे. शास्त्रीयदृष्ट्या स्त्रियांमध्ये वय वर्षे ३५ नंतर स्त्रीबीजांची गुणवत्ता कमी होऊन गर्भधारणेस अडचणी येतात. पुरुषांमध्येही हे वय पूर्वी २१ ते २७ होते, ते आज ३० ते ३८ पर्यंत आले आहे.

२. **लग्नानंतर मूल :** आज ज्या जोडप्यांचे विवाह योग्य वयात होतात ती जोडपी बहुधा अपत्यप्राप्तीचा निर्णय काही वर्षे पुढे ढकलतात. त्यामुळे मुलीचे वय अनेकदा ३०च्या पुढे गेल्यावर अपत्यप्राप्तीसाठी प्रयत्न केला जातो.

३. **ताणतणाव :** आजच्या धावपळीच्या जीवनशैलीत व्यवसाय, धंदा, नोकरी यामध्ये एकमेकांना देण्याच्या वेळेबाबत खूप प्रश्न निर्माण होत आहेत. जोडप्यांना निवांत वेळ काढणे कठीण झाले आहे.

महत्त्वाकांक्षा, धावपळ आणि पैशांची गरज यामुळे मानसिक ताणतणाव निर्माण होत आहेत. या सर्वांचा स्त्री-पुरुषांच्या कामजीवनावर परिणाम होत आहे आणि त्यामुळे वंध्यत्व वाढते आहे.

४. **व्यसनाधीनता :** ताणतणाव आणि पाश्चात्त्य जीवनशैलीचे अनुकरण यामुळे पुरुषांच्या पाठोपाठ स्त्रियासुद्धा व्यसनाधीन होऊ लागल्या आहेत. स्त्रियांमध्ये धूम्रपान आणि अतिमद्यसेवन यामुळे वंध्यत्व येते, अकाली प्रसूती आणि गर्भपात होण्याचे धोके वाढतात, तसेच गर्भाच्या नैसर्गिक वाढीवर विपरीत परिणाम होतो.

५. **स्थूलत्व :** चौरस आहार घेण्याऐवजी जंकफूड, स्नॅक्स किंवा फास्ट फूड यांचे रोजच्या आहारातील प्रमाण खूप वाढले आहे. फास्टफूड तसेच इन्स्टंट फूडमध्ये साखर, तेल आणि मिठाचे प्रमाण अधिक असते. त्यामध्ये आवश्यक जीवनसत्त्वांचा आणि प्रथिनांचा अभाव असतो. यामुळे अनेक गुंतागुंतीचे परिणाम शरीरावर होत आहेत.

वंध्यत्वाची वैद्यकीय कारणे

वंध्यत्वाची कारणे शोधताना भारतीय समाजात सर्वसाधारणपणे स्त्रियांना जबाबदार धरले जाते. पण, अशा जोडप्यांपैकी ४० टक्के जोडप्यांत पुरुषाचीच जननक्षमता कमी असल्याचे आढळते. काळजीपूर्वक वैद्यकीय तपासण्या केल्यास बहुतेकदा वंध्यत्वाचे कारण सापडू शकते.

स्त्रियांमधील वंध्यत्वाची कारणे

यामध्ये दोन प्रकार असतात :

१. **प्राथमिक वंध्यत्व :** यात लग्न होऊन एक वर्षापेक्षा जास्त काळ गर्भप्रतिबंधक साधनांचा वापर न करता संबंध ठेवूनदेखील जेव्हा त्या स्त्रीला गर्भधारणा होत नाही.

२. **दुय्यम वंध्यत्व :** यात दाम्पत्याला पहिले अपत्य होते. नंतर मात्र स्त्रीला गर्भधारणा होत नाही. स्त्रियांमधील वंध्यत्वाची पुढील कारणे लक्षात घ्यावी लागतात :

अनियमित मासिक पाळी

स्त्रियांमध्ये बीजांडकोशातून स्त्रीबीज बाहेर पडले तरच पाळी येते. मासिक पाळी अनियमित असणे हे स्त्रीबीज निर्माण होण्याचे लक्षण असते. मासिक पाळीचे चक्र आणि जननक्षमतेचे चक्र एकमेकात गुंतलेले असते. पाळीचा पहिला दिवस ते पुढची पाळी सुरू होण्याच्या आधीचा दिवस म्हणजे एक पाळी चक्र. या पाळी चक्रातील सर्वात मोठी घटना म्हणजे स्त्रीबीज पक्व होऊन, बीजकोषाच्या बाहेर येऊन बीजनलिकांमध्ये पोहोचणे. यालाच अंडोत्सर्जन (ओव्ह्युलेशन) म्हणतात. हे बीज बीजनलिकांमध्ये असताना त्याचा पुरुष-बीजाशी संयोग झाला तरच त्यातून फलित बीज तयार होते आणि ते गर्भाशयाच्या आतील भागात रुजते. या फलित बीजाच्या पोषणासाठी गर्भाशयाचे अस्तर जाड होते. मात्र, स्त्रीबीजाचा पुरुषबीजाशी संयोग झाला नाही, फलित बीज तयारच झाले नाही किंवा गर्भाशयाच्या भिंतीवर रुजले नाही तर गर्भाशयाचे अस्तर ठरावीक दिवसांनी गळून पडते. यालाच आपण पाळी येणे असे म्हणतो. साहजिकच, अनियमित पाळी असेल तर वंध्यत्वाचे ते मुख्य कारण बनते.

संप्रेरके (हार्मोन्स)

पाळीच्या पूर्ण चक्रामध्ये चार प्रकारची संप्रेरके काम करत असतात. पिट्युटरी ग्रंथीतून पाझरणारी एलएच, एफएसएच आणि बीजांडकोषांमध्ये तयार होणारी इस्ट्रोजेन, प्रोजेस्टरॉन ही चार संप्रेरके पाळीचे आणि जननक्षमतेचे पूर्ण चक्र नियंत्रित करतात. या संप्रेरकामधील असमतोल, कमतरता किंवा अधिक स्राव गर्भधारणेस प्रतिबंध करतो.

पीसीओएस

शरीरातील संप्रेरकांमध्ये बदल होतो आणि अंडाशयावर सूज येते, त्यामुळे अंडकोषातून स्त्रीबीज बाहेर पडत नाही. या आजाराला पॉलिसिस्टिक ओव्हरी सिंड्रोम (पीसीओएस) असे म्हणतात. हे सध्याच्या काळात वंध्यत्वाचे प्रमुख कारण बनले आहे.

- गर्भनलिका बंद किंवा अकार्यक्षम असणे
- गर्भाशय परिपक्व नसणे किंवा त्यात गाठी असणे (फायब्रॉइड)
- थायरॉईड ग्रंथी व्यवस्थित काम न करणे
- फलित स्त्रीबीज अथवा गर्भ हा गर्भाशय भिंतीला चिकटून राहत नाही आणि चिकटला तरी तो जिवंत राहू शकत नाही.
- अनेकदा पक्व स्त्रीबीज हे बीजांडकोशातून गर्भाशयापर्यंत पोहोचत नाही.
- काही स्त्रियांत बीजांडकोशातून बीज बाहेर पडत नाही.
- मधुमेह
- एन्डोमेट्रियोसिस
- गर्भाशयातील विकृती, ट्यूमर, कर्करोग इत्यादी
- बीजांडकोषाचे गंभीर आजार. उदाहरणार्थ, ओव्हॅरियन सिस्ट किंवा ट्यूमर
- पीआयडी
- हार्मोनल इम्बॅलन्स
- कर्करोगावर घेतलेले उपचार
- रूबेला जातीच्या विषाणूंचे किंवा टॉर्च इन्फेक्शन

वंध्यत्वाला कारणीभूत ठरणारे असे अनेक आजार आजमितीला आढळून येतात. वैद्यकीय शास्त्राने अनेक वर्षे सातत्याने संशोधन करून नवनव्या निदानपद्धती आणल्या आणि त्याचे आधुनिक उपचारदेखील प्रत्यक्षात उतरवले आहेत.

वंध्यत्वाचे निदान

कोणत्याही जोडप्याला त्यांना मूल का होत नाही, या प्रश्नाचे उत्तर शोधणाऱ्या तपासण्या कराव्या लागतात. त्यामध्ये जे दोष निघतील त्यानुसार उपचार केले जातात.

वैद्यकीय इतिहास

वंध्यत्वाचे निदान करताना अगोदर जोडप्याच्या वैयक्तिक आरोग्याबाबत माहिती घेतली जाते. त्यांना पूर्वीपासून असलेले आजार, कोणत्याही कारणासाठी झालेल्या शस्त्रक्रिया, औषधोपचार, त्यांची लैंगिक माहिती आणि एकमेकांशी होणाऱ्या समागमाबाबत माहिती घेतली जाते.

पुरुषांची तपासणी

वैद्यकीय इतिहासानंतर पुरुषांची शारीरिक आणि लैंगिक अवयवांची तपासणी केली जाते आणि प्रयोगशाळेत त्यांच्या वीर्याचे विश्लेषण केले जाते. मूल न होण्याच्या एकूण कारणांपैकी अर्धीअधिक कारणे पुरुष वंध्यत्वात असतात, असे अनेक सर्वेक्षणात आढळून आले आहे. पण, आधुनिक वंध्यत्व उपचारांमुळे तसेच जैवतंत्रज्ञानातील सहभागामुळे पुरुष वंध्यत्वाच्या चिकित्साच्या दिशा स्पष्ट होत आहेत.

स्त्रियांची तपासणी

स्त्रियांच्या बाबतीत त्यांचा वैद्यकीय इतिहासासोबत त्यांच्या मासिक पाळीच्या नियमितपणाबाबत माहिती घेतली जाते. त्यानंतर त्यांची शारीरिक तपासणी विशेषत: लैंगिक अवयवांची अंतर्गत तपासणी बारकाईने केली जाते.

त्यानंतर त्यांच्या संप्रेरकांची प्रयोगशाळेत तपासणी केली जाते. अल्ट्रा साऊंड सोनोग्राफीद्वारे गर्भाशय आणि बीजांडकोषांमधील दोषांबाबत माहिती घेतली जाते. गर्भाशयाच्या बीजवाहक नलिका आतून खुल्या आहेत का, हे पाहायला (ट्युबल पेटन्सी टेस्ट) 'हिस्टेरोसाल्पिंगोग्राफी'सारखे विशेष प्रकारचे एक्स-रे काढले जातात.

वंध्यत्वाच्या उपचारासाठी आलेल्या जोडप्यांमध्ये या तपासण्या केल्यावर ८० टक्के जोडप्यांमध्ये पुढील दोष सापडतात :

- स्त्रीबीजाचे विमोचन होण्या (ओव्ह्युलेशन)बाबत दोष असणे
- स्त्रीबीजनलिका काही अडथळ्यामुळे बंद झालेल्या असणे (ट्युबल ब्लॉक)
- त्या जोडप्यातील पुरुषांच्या शुक्राणूंमध्ये काही विशेष दोष असणे

यातील साधारणत: ५ ते १५ टक्के जोडप्यांमध्ये सर्व तपासण्या नॉर्मल असतात. कुठलाही दोष आढळत नाही. तरीही, मूल होत नसते. स्त्री वंध्यत्वामध्ये 'ॲण्टी मुलेरियन हामोन्स' ही रक्ताची तपासणी केल्यावर गर्भधारणा क्षमता अचूक तपासता येते. कारण वाढत्या वयाप्रमाणे स्त्रीबीजकोषाची क्षमता कमी होत जाते.

'एन्डोमेट्रियल ब्लड फ्लो'सारखी कलर डॉप्लर सोनोग्राफी केल्याने गर्भाशयातील रक्तपुरवठा मोजता येतो. गर्भाशयातील आतील आवरणाला एन्डोमेट्रियम असे म्हणतात. त्याला रक्तपुरवठा बाहेरून आत होत असतो. गर्भाशयात गर्भ रुजताना रक्तपुरवठा आतून बाहेर होतो. रक्तपुरवठा कमी होत असेल तर गर्भधारणेस बाधा येते. अशा समस्येमध्ये आधुनिक औषधोपचाराद्वारे किंवा शस्त्रक्रियेद्वारे गर्भाशयातील रक्तपुरवठा सुधारता येतो. आजकाल लॅप्रोस्कोपीसारख्या दुबिर्णीच्या तपासानेदेखील वंध्यत्वाचे निदान करून दुबिर्णीद्वारे शस्त्रक्रियेचे उपचार त्वरित होऊ शकतात.

इच्छा असूनही लग्नानंतर तीन ते चार वर्षांत मूल होत नसल्यास पती आणि पत्नी दोघांनीही चाचण्या करून घेणे आवश्यक असते. बहुतांश दाम्पत्यांना समुपदेशन व योग्य सल्ला दिल्यानंतर मूल होण्यास मदत

होते. आधुनिक वैद्यकशास्त्रातील प्रगतीमुळे अशा अनेक दाम्पत्यांच्या वाट्याला आज अपत्यप्राप्तीचा आनंद मिळाला आहे किंवा मिळण्याची आशा निर्माण झाली आहे.

वंध्यत्वावरील प्राथमिक उपचार

सोनोग्राफीद्वारे बीजांडकोषाची तपासणी करून आवश्यक वाटल्यास औषधोपचाराद्वारे गर्भधारणेसाठी सुयोग्य असे स्त्रीबीज तयार केले जाते.

बीजांडकोषातून स्त्रीबीज अंडविमोचन होऊन बाहेर पडू शकत नसेल, तर काही विशिष्ट औषधे वापरून ते साधले जाते.

■ लॅप्रोस्कोपी

यामध्ये बेंबीजवळ एक छोटे छिद्र पाडून दुर्बीण यंत्राच्या मदतीने गर्भनलिकेची तपासणी करतात. या तपासणीमध्ये जननेंद्रियात असलेले रोग अथवा अडचणी अत्यंत सूक्ष्मपणे तपासल्या जातात. आवश्यक असल्यास तत्काळ योग्य ते उपचार करून जननेंद्रियातील दोष दूर केले जातात.

■ हिस्ट्रोस्कोपी

या पद्धतीने गर्भाशयाच्या आतील भागाचे परीक्षण करून, वैद्यकीय उपकरणाने खरवडून आतील स्तराचा भाग तपासणीसाठी प्रयोगशाळेत पाठवला जातो. या तपासणीमुळे स्त्रीबीज निर्मितीमधील अडचणी, गर्भाशयातील जंतुसंसर्ग इत्यादी गोष्टींचे निदान करता येते. त्या अनुषंगाने पुढील उपचारपद्धती ठरवली जाते :

ट्युबोप्लास्टी (मायक्रोसर्जरी)

गर्भनलिका बंद असल्यामुळे होणाऱ्या वंध्यत्वाच्या निराकरणासाठी बंद असलेली बीजनलिका पुन्हा कार्यान्वित करण्यासाठी ही शस्त्रक्रिया केली जाते. 'ट्युबोप्लास्टी' ही वंध्यत्वावर मात करणारी छोटी शस्त्रक्रियाच होय. ट्युबोप्लास्टीला 'रिकॅनलायझेशन ऑफ फॅलोपिअन ट्युब' असेही म्हणतात. बीजनलिका (फॅलोपिअन ट्युब) ही गर्भाशयात स्त्रीबीज वाहून आणण्याचे कार्य करते. बीजनलिका कुठे, किती ठिकाणी आणि कशामुळे बंद आहेत, हे शोधून त्यावर उपाययोजना केली जाते. ट्युबोप्लास्टीत ऑपरेशन करून गर्भनलिकेतील दोष दूर केला जातो. ही शस्त्रक्रिया अत्यंत काळजीपूर्वक व विशेष यंत्रतंत्राच्या साहाय्याने (मायक्रोसर्जरी) केली जाते. यामुळे वंध्यत्वावर मात शक्य होते. व्हिडिओ लॅप्रोस्कोपच्या साहाय्याने ही शस्त्रक्रिया केली जाते. यामध्ये शरीरावर कोणत्याही प्रकारे बाह्य छेद घेतला जात नाही. कुटुंबनियोजनाच्या शस्त्रक्रियेने जरी बीजनलिका बंद केली असली, तरी ती या शस्त्रक्रियेने पुन्हा कार्यरत करता येते.

लॅप्रॉटॉमी

यात पोटावर छेद देऊन मग शस्त्रक्रिया केली जाते. ही शस्त्रक्रिया यशस्वी झाली तर पुढच्या ६ ते १२ महिन्यांत गर्भधारणा होऊ शकते.

टेस्ट ट्युब बेबी आयव्हीएफ

टेस्ट ट्युब बेबी किंवा इन व्हिट्रो फर्टिलायझेशन (आयव्हीएफ)द्वारे गर्भधारणा ही वंध्यत्व निवारणावरील सर्वात उत्तम आणि आधुनिक उपचारपद्धती आहे.

जगातील पहिल्या टेस्ट ट्युब बेबीचा जन्म २५ जुलै १९७८ रोजी इंग्लंडमधील ओल्डहॅम जनरल हॉस्पिटल, ग्रेटर मँचेस्टर, इंग्लंड येथे झाला. त्यानंतर लगेचच ६ ऑक्टोबर १९७८ रोजी भारतात कोलकाता येथे डॉक्टर सुभाष मुखोपाध्याय यांच्या नावे 'दुर्गा' हिच्या जन्माची नोंद झाली. या तंत्राचा शोध लागून आता जवळजवळ ४० वर्षे होत आली. एवढ्या कालावधीत जगभरात लाखो बालके जन्मास आली आहेत.

यामध्ये स्त्रीला पाळीच्या गोळ्या दिल्या जातात आणि पाळीच्या विसाव्या दिवसापासून इंजेक्शन्स दिली जातात. ती रोज एक अशी २० ते २५ दिवस घ्यावी लागतात. यामध्ये एक पाळी येते आणि दुसऱ्या दिवसापासून बीजांडकोषात स्त्रीबीजे तयार होण्यासाठी वेगळी इंजेक्शन्स सुरू केली जातात.

पाळीच्या नवव्या दिवसापासून 'फॉलिक्युलर स्टडी' केला जातो. त्यात बीजांडकोषातील फॉलिक्युल्सची वाढ १८ मिलीमीटरपेक्षा जास्त झाली की इंजेक्शन देऊन ३६ तासांनी तयार झालेली स्त्रीबीजे बीजांडकोषातून सुईने बाहेर काढली जातात. त्यासाठी सोनोग्राफीचा उपयोग केला जातो.

यामध्ये रुग्णाच्या पोटावर कोणतीही शस्त्रक्रिया केली जात नाही. बाहेर काढलेली स्त्रीबीजे आणि पतीचे शुक्रजंतू यांचे शरीराबाहेर प्रयोगशाळेत मीलन घडवून आणले जाते. त्यानंतर शरीराबाहेर गर्भ तयार केला जातो. हा गर्भ इन्क्युबेटरमध्ये दोन ते तीन दिवस वाढवून नंतर पत्नीच्या गर्भाशयात सोडला जातो. हा गर्भ गर्भाशयात रुजतो. नऊ महिने त्याची वाढ होऊन नंतर बाळ जन्माला येते. या प्रक्रियेमध्ये यश येण्याचे प्रमाण जास्त चांगले आहे. काही जोडप्यांत पहिल्याच प्रयत्नात ही प्रक्रिया यशस्वी होते, तर काही जणांमध्ये तीन चार वेळा प्रयत्न करावे लागतात.

आययुआय प्रक्रिया

पतीच्या शुक्रजंतूंची संख्या कमी असली तरी आययुआय (इंट्रा युटेराइन इनसेमिनेशन) या पद्धतीमुळे फायदा होऊन गर्भधारणा होण्याची शक्यता वाढते. यामध्ये गर्भपिशवीच्या आतमध्ये पतीचे वीर्य एका सूक्ष्म नळीने सोडले जाते. स्त्रीला पाळीच्या दुसऱ्या दिवसापासून गोळ्या अथवा इंजेक्शन देऊन बीजांडकोशात स्त्रीबीजे परिपक्व केली जातात. त्याचा फॉलिक्युलर स्टडीकरून ३६ तासांनंतर आययुआय केले जाते.

इक्सी (आयसीएसआय) प्रक्रिया

ज्या पुरुषांमध्ये शुक्रजंतूंची संख्या अतिशय कमी आहे, त्या जोडप्यासाठी इक्सी (इंट्रा सायक्लोप्लाझ्मिक स्पर्म इंजेक्शन) याचा उपयोग होतो. या प्रकारात आयव्हीएफसारखीच प्रक्रिया असते. फक्त शुक्राणू स्त्रीबीजांवर न सोडता आतमध्ये इंजेक्शनने सोडतात. शुक्रजंतूंची संख्या चांगली असेल तर या प्रक्रियेची आवश्यकता नसते.

एम्ब्रियो डोनेशन

पतीमध्ये शुक्राणू आणि पत्नीमध्ये बीजांड दोन्ही तयार होत नसतील तर दुसऱ्या जोडप्याचा गर्भ संबंधित स्त्रीच्या गर्भाशयात सोडला जातो. यामुळे स्त्री गर्भवती राहू शकते. या प्रकारात दोन्ही जोडप्यांची कायदेशीर लेखी संमती आवश्यक असते.

सरोगसी

जन्मत:च एखाद्या स्त्रीला गर्भाशय नसेल किंवा काही कारणांनी ते काढून टाकले असेल अथवा काही दोष असेल तर या मार्गाचा अवलंब केला जातो. पत्नीच्याच बीजांडकोषात स्त्रीबीज तयार करून पतीचे शुक्राणू

वापरून गर्भ तयार होतो, तो दुसऱ्या स्त्रीच्या गर्भशयात वाढवला जातो. अशा प्रकारे पती आणि पत्नीचे गुणसूत्र असलेला गर्भ हा दुसऱ्या आईच्या पोटात वाढवून पत्नीला बाळ दिले जाते. जी स्त्री हा गर्भ वाढवते तिला 'सरोगेट मदर' म्हणतात.

गर्भाशय प्रत्यारोपण

ज्या स्त्रियांना गर्भाशयाच्या काही आजारांमुळे गर्भधारणा होणे अशक्य असते, त्यांना मूल दत्तक घेणे किंवा सरोगसी हा पर्याय असतो. पण, याही गोष्टी ज्यांना नको असतात, त्यांच्यासाठी आज गर्भाशय प्रत्यारोपण (युटेराईन ट्रान्सप्लांट) हा पर्याय उपलब्ध झालेला आहे. यामध्ये एका निरोगी स्त्रीचे गर्भाशय अशा मूल नसलेल्या स्त्रीच्या शरीरात बसवले जाते आणि तिला मातृत्वासाठी सक्षम केले जाते. *इंटरनॅशनल जर्नल ऑफ अप्लाईड रिसर्च* या वैद्यकीय नियतकालिकात प्रसिद्ध झालेल्या अहवालानुसार, जगात १५ टक्के महिला वेगवेगळ्या कारणांमुळे आई होऊ शकत नाहीत. यापैकी तीन ते पाच टक्के महिलांना गर्भाशयाचे आजार झालेले असतात. या स्त्रियांना याचा उपयोग होऊ शकतो.

संपूर्ण जगात केवळ ४२ गर्भाशय प्रत्यारोपण शस्त्रक्रिया झाल्याचे एका जागतिक अहवालात म्हटले आहे. मात्र, यातील केवळ आठ महिला या प्रत्यारोपण शस्त्रक्रियेनंतर गरोदर राहिल्या आहेत.

थोडक्यात सांगायचे तर, नैसर्गिक कारणांनी, अपघातांनी किंवा आजारांनी मातृसुखापासून वंचित राहिलेल्या स्त्रियांना विज्ञानाने अनेकविध उपाय शोधून काढले आहेत; आणि ते या पुढेही संशोधिले जातील यात शंकाच नाही.

□□□

गर्भाशयाची शस्त्रक्रिया (हिस्टरेक्टॉमी)

मानवी जन्माच्या प्रवासाची सुरुवात आईच्या पोटात म्हणजेच गर्भाशयात नऊ महिने वास्तव्य करूनच होते. मातृत्व आणि स्त्रीत्व या दोन्ही भूमिकांच्या अनुषंगाने गर्भाशयाचे महत्त्व अनन्यसाधारण आहे. साहजिकच, गर्भाशय हा स्त्रियांच्या शरीरातील एक अत्यंत महत्त्वाचा अवयव ठरतो. मात्र, काही आजारात किंवा काही विशिष्ट शारीरिक त्रासांमुळे हे गर्भाशय शस्त्रक्रिया करून काढून टाकावे लागते. या शस्त्रक्रियेला वैद्यकीय परिभाषेत 'हिस्टरेक्टॉमी' म्हणतात.

गर्भाशय काढण्याची कारणे

काही आजारांमध्ये रुग्ण स्त्रीचे प्राण वाचवण्यासाठी किंवा एखादा मोठा आजार पुढे प्राणघातक ठरू नये याकरिता गर्भाशयाची शस्त्रक्रिया करून ते काढावे लागते.

■ फायब्रॉइड्स

गर्भाशय म्हणजे स्त्रीच्या ओटीपोटात एक मांसल पिशवी असते. बाहेरून मांसल भाग आणि आत पोकळी अशी त्याची रचना असते. काही स्त्रियांमध्ये या बाह्य मांसल भागावर किंवा त्यांच्याशी संलग्न असलेल्या मांसल गाठी होतात. त्यांना फायब्रॉइड्स म्हणतात. या गाठींमुळे काही स्त्रियांना मासिक पाळीत जास्त प्रमाणात रक्तस्राव होऊ शकतो; तर क्वचितप्रसंगी हजारात एखाद्या स्त्रीमध्ये फायब्रॉइड्सचे रूपांतर कर्करोगात होऊ शकते.

■ गर्भाशय खाली सरकणे (प्रोलॅप्स)

गर्भाशय खाली सरकण्याला स्त्रियांच्या भाषेत 'अंग बाहेर पडणे' म्हणतात. यात गर्भाशय स्वत:ची ओटीपोटातील मूळची जागा सोडून खाली उतरते. ओटीपोटातील गर्भाशयाला बांधून ठेवणारे स्नायू दुबळे झाल्यामुळे हे घडते. जास्त बाळंतपणे, एखाद्या प्रसूतीत खूप वेळ लागून बाळ बाहेर पडताना गर्भाशय ताणले जाणे, अशक्तपणा, उतारवय ही त्याची कारणे आहेत. खाली उतरण्याच्या पायरीनुसार तक्रारींचे स्वरूप कमीजास्त ठरते. ही तक्रार रजोनिवृत्तीनंतर विशेषत: पन्नास-पंचावन्न वर्षे वयाच्या स्त्रियांमध्ये आढळते.

■ डिसफंक्शनल युटेराईन ब्लीडिंग

पाळीमध्ये कमालीचा जास्त रक्तस्राव होणे किंवा पाळी दर वेळेस कमी दिवसांत सतत लवकर येत राहणे.

■ **एन्डोमेट्रिओसिस**

गर्भाशयातील पेशी आणि ऊतींसारख्या ऊती (युटेराईन लाईक टिश्यू) स्त्रीच्या गर्भाशयाव्यतिरिक्त इतर अवयवांत मोठ्या प्रमाणात वाढू लागतात. या आजारात बीजनलिका, बीजांडकोष, गर्भाशयाचे स्नायुबंध, पोटाची आवरणे, मूत्राशय, योनिमार्ग, गुदाशय, आंत्रपुच्छ अशा ठिकाणी या ऊती आढळून येतात.

■ **ॲडिनोमायोसिस**

गर्भाशयाच्या मांसल भागाचे दोन स्तर असतात : आतल्या अस्तराला एन्डोमेट्रियम, तर बाहेरील आवरणाला मायोमेट्रियम म्हणतात. काही महिलांमध्ये गर्भाशयाच्या आतल्या अस्तराच्या पेशींची वाढ होऊन त्या मायोमेट्रियममध्ये शिरतात. त्यानंतर मायोमेट्रियमचीदेखील वाढ होऊन ते फुगीर बनते. साहजिकच, गर्भाशयाचा आकारही बराच फुगीर दिसतो. यामुळे पाळीला खूप रक्तस्राव होणे, पाळीमध्ये पोटात खूप दुखणे, शारीरिक संबंधाच्या प्रसंगी असह्य वेदना होणे, अशी लक्षणे दिसतात.

■ **सतत जंतुसंसर्ग / सूज येणे**

अनेक स्त्रियांमध्ये स्त्रीरोगतज्ज्ञाने रुग्ण महिलेची आतून तपासणी केल्यावर गर्भाशयाचे मुख खरबरीत, लालसर आणि सुजलेले दिसते. या आजारामध्ये जंतुदोष होऊन योनिदाह, मायांगाला खाज येणे, पांढरा स्राव जाणे, अशी लक्षणे दिसतात. याकडे दुर्लक्ष केल्यास कर्करोग होण्याची शक्यता असते. हा जंतुदोष शरीरात इतरत्र पसरून गर्भाशयाभोवतालच्या अवयवांना सूज येऊ शकते. परिणामतः कंबरदुखी, वरचेवर बारीक ताप येणे, लैंगिक संबंधाच्या वेळी पोटात दुखणे, पांढरा स्राव, पाळीच्या वेळी पोटात खूप दुखणे, असे त्रास होतात.

■ **गर्भाशयाचा किंवा गर्भाशयाच्या मुखाचा कर्करोग**

गर्भाशयमुखामधील पेशी जास्त प्रमाणात वाढल्याने हा कर्करोग होतो. मात्र, सुरुवातीला या कर्करोगाची काहीच लक्षणे दिसत नाहीत. काही काळानंतर कर्करोगाच्या पेशी आजूबाजूच्या अवयवांपर्यंत पसरतात आणि लक्षणे दिसू लागतात. ह्युमन पॅपीलोमा व्हायरस (एचपीव्ही) या विषाणूचे इन्फेक्शन, धूम्रपान, कमी वयात शारीरिक संबंध येणे, एकापेक्षा जास्त जणांशी शारीरिक संबंध असणे, जास्त वेळा प्रसूती होणे, गर्भनिरोधक गोळ्या अनेक वर्षे घेणे, अशी हा कर्करोग होण्यामागची कारणे आढळून येतात. सर्वसाधारणपणे ४० ते ५० वयादरम्यान या कर्करोगाचे प्रमाण जास्त दिसून येते. गर्भाशयमुखाच्या कर्करोगाचे निदान होण्यापूर्वी १० ते २० वर्षे तो पूर्वप्राथमिक स्थितीमध्ये असतो.

■ **बीजांडकोषाचा कर्करोग**

■ **अवघड प्रसूती**

अशा बाळंतपणात गर्भाशयाच्या स्नायूंना इजा होऊन गर्भाशय फाटू शकते.

■ **पोस्ट पार्टम हिमरेज**

प्रसूतिपश्चात खूप जास्त रक्तस्राव होऊन मातेचा जीव धोक्यात येणे

■ **जन्मजात दोष**

जन्मतःच गर्भाशय आणि योनिमार्ग यांना जोडणारा भाग अयोग्य असल्यास क्वचितप्रसंगी गर्भाशय काढावे लागते.

■ **मानसिक आजार**

गंभीर मानसिक आजार असलेल्या युवतीला स्वतःच्या शारीरिक स्वच्छतेची काळजी घेता येत नसेल, तर विशेष वैद्यकीय समितीच्या शिफारशीने कोर्टाच्या परवानगीने गर्भाशय काढले जाते. सामाजिक संस्था, वसतिगृह इथे असलेल्या युवतींबाबतीत त्यांच्या स्वच्छता आणि सुरक्षितता यासाठी असे निर्णय घेतले जातात.

शस्त्रक्रियांचे प्रकार

गर्भाशय काढून टाकण्याच्या शस्त्रक्रियेचे म्हणजे हिस्टरेक्टॉमीचे तीन मुख्य प्रकार असतात :

१. **टोटल हिस्टरेक्टॉमी :** यामध्ये गर्भाशय आणि गर्भाशयाचे मुख (सर्व्हिक्स) शस्त्रक्रियेद्वारे काढून टाकले जाते. स्त्रीच्या वयाचा आणि इतर आजारांचा विचार करून आवश्यकतेप्रमाणे बीजांडकोष आणि बीजनालिका ठेवल्या किंवा काढल्या जातात.

२. **सबटोटल किंवा पार्शल हिस्टरेक्टॉमी :** यामध्ये गर्भाशयाचा मुख्य भाग काढला जातो; गर्भाशयाचे मुख तेवढे ठेवले जाते. यातही बीजांडकोष आणि बीजनालिका त्या स्त्रीच्या वयाचा आणि इतर आजारांचा विचार करून ठेवल्या किंवा काढल्या जातात.

३. **रॅडिकल हिस्टरेक्टॉमी :** गर्भाशयाच्या किंवा त्याच्या मुखाच्या कर्करोगामध्ये ही शस्त्रक्रिया केली जाते. यात कर्करोगाचा प्रसार थांबवण्यासाठी गर्भाशय, गर्भाशयाचे मुख, योनिमार्ग, बीजांडकोष, बीजनलिका, सभोवतालच्या लसिका ग्रंथी (लिम्फ ग्लॅण्ड्स), चरबी आणि मांसल भाग काढला जातो.

शस्त्रक्रिया पद्धती

गर्भाशय काढण्याच्या या शस्त्रक्रिया विविध पद्धतींनी केल्या जातात. यामध्ये –

■ **ॲबडॉमिनल हिस्टरेक्टॉमी**

या पारंपरिक पद्धतीत पोटावर छेद घेऊन गर्भाशय आणि आवश्यक असल्यास त्याच्या आजूबाजूचे अवयव काढले जाऊ शकतात.

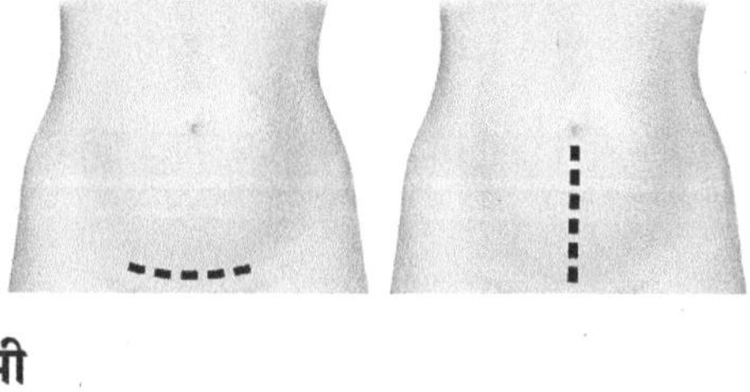

■ **व्हजायनल हिस्टरेक्टॉमी**

या पद्धतीत योनिमार्गावर वरच्या बाजूस छेद घेऊन गर्भाशय आणि त्याच्या आजूबाजूचा भाग रुग्णाच्या आजारानुसार किंवा उपचारानुसार काढला जाऊ शकतो.

■ **बिन टाक्याची किंवा लॅपॅरास्कोपिक हिस्टरेक्टॉमी**

पोटावर १ ते २ सेंटीमीटर छेद घेऊन त्यातून दुर्बीण (लॅपॅरास्कोप) टाकून ही शस्त्रक्रिया केली जाते. यामध्ये रुग्णाला कमीत कमी त्रास होत असल्याने आजमितीला ही पद्धत मोठ्या प्रमाणात वापरली जाते. या दुर्बिणीत प्रकाश देणारा दिवा, कॅमेरा आणि शस्त्रक्रियेसाठी उपकरणे अंतर्भूत असतात. या शस्त्रक्रियेद्वारे तज्ज्ञ डॉक्टर्स गर्भाशय, गर्भाशयाचे मुख, आजूबाजूचे इतर अवयव दुर्बिणीतून पाहून काढू शकतात.

■ **रोबोटिक लॅपॅरास्कोपिक हिस्टरेक्टॉमी**

यामध्ये सर्जनद्वारे संगणकीय प्रणालीने संचालित केलेला यांत्रिक बाहू (रोबोटिक आर्म) वापरला जातो. लॅपॅरास्कोपिक हिस्टरेक्टॉमीसारखीच ही शस्त्रक्रिया होते. मात्र, यात गर्भाशय आणि इतर भाग काढताना अतिशय अचूक छेद घेता येतात. रुग्ण यात अतिशय लवकर बरा होतो. या पुढील काळात या पद्धतीचा जास्त वापर होण्याची शक्यता आहे.

संभाव्य धोके आणि गुंतागुंत

कोणतीही शस्त्रक्रिया कितीही साधी किंवा उच्च पातळीची असली, तरी त्यात अनेक धोके उद्‌भवू शकतात आणि ऐन वेळी अनेक गुंतागुंतीचे प्रसंग घडू शकतात. गर्भाशयाच्या शस्त्रक्रियेतही असेच काही संभाव्य धोके उद्‌भवू शकतात. मात्र, तज्ज्ञ डॉक्टर्स आणि उत्तम इस्पितळे ते टाळण्यासाठी आधीच काळजी घेतात. तरीही, पुढीलप्रमाणे काही प्रसंग उद्‌भवल्यास त्याचा यथायोग्य उपचार करून रुग्णाचे प्राण वाचवण्याची पराकाष्ठा करतात.

- भुलीच्या औषधाला रिॲक्शन येणे
- मोठ्या प्रमाणात रक्तस्राव होणे
- शस्त्रक्रियेदरम्यान आजूबाजूच्या अवयवांना इजा होणे. उदाहरणार्थ, मूत्रनलिका, मूत्राशय, आतडे इत्यादी
- जंतुसंसर्ग
- शस्त्रक्रियेदरम्यान किंवा नंतर रक्ताच्या गुठळ्या निर्माण होऊन त्या रक्तप्रवाहातून फुप्फुसासारख्या महत्त्वाच्या अवयवात पोहोचणे
- योनिमार्ग सैलावणे
- बीजांडकोषाचे कार्य कमी होणे (ओव्हेरियन फेल्युअर)
- बीजांडकोष काढावे लागल्यास स्त्रीला रजोनिवृत्ती येणे
- जखमा न भरणे
- दोन भिन्न अवयवांना छिद्र पडून ते एकत्रित होणे, याला फिस्च्युला म्हणतात. गर्भाशयाच्या शस्त्रक्रियेनंतर मूत्रमार्ग आणि गुदाशय यांच्यात किंवा योनिमार्ग आणि गुदाशय किंवा योनिमार्ग आणि मूत्राशय यांच्यामध्ये असे फिस्च्युला उद्‌भवू शकतात.
- आतड्याची हालचाल बंद होणे : शस्त्रक्रियेदरम्यान आतड्यांची हालचाल थांबते. शस्त्रक्रिया झाल्यावर ती पुन्हा सुरू होत असते. पण, असे न झाल्यास पोट फुगू लागते.

शस्त्रक्रियेनंतर...

शस्त्रक्रियेतून बरे होण्याचा काल प्रत्येक रुग्णामध्ये त्याच्या वयाप्रमाणे आणि सर्वसाधारण तब्येतीनुसार वेगवेगळा असू शकतो. शस्त्रक्रिया ज्या आजारासाठी केली गेली, त्या आजाराची व्याप्ती यात महत्त्वाची असते. साधारणपणे तीन ते सात दिवस रुग्ण-महिलेला इस्पितळात राहावे लागते आणि एक ते दोन महिन्यांत तिची तब्येत पूर्ण ठणठणीत होते. शस्त्रक्रियेतून बरे होईपर्यंत जड वजन उचलणे, लैंगिक संबंध ठेवणे, टबबाथ घेणे, टॅम्पून वापरणे या गोष्टी टाळाव्या लागतात.

बरे होण्याच्या काळात अधूनमधून क्वचित पोट दुखणे, शौचाला खडा होणे, अंगावरून लाल किंवा पांढरे जाणे किंवा मूत्र विसर्जनास त्रास होणे, अशा तक्रारी आढळतात. मात्र, औषधोपचाराने त्या बऱ्या होतात.

गर्भाशय काढण्याची शस्त्रक्रिया झाल्यानंतर स्त्रियांना लैंगिक संबंध ठेवायला अडथळा नसतो. मात्र, काही स्त्रियांच्या बाबतीत योनिमार्गात कोरडेपणा जाणवणे आणि लैंगिक इच्छा न होणे असे घडू शकते. याबाबतीत आपल्या स्त्रीरोगतज्ज्ञाशी चर्चा केल्यास अनेकदा काही उपचार आणि समुपदेशन याने या अडचणी टळू शकतात.

अनेक स्त्रियांमध्ये शस्त्रक्रिया यशस्वीरीत्या पार पडते. मात्र, त्यानंतर रजोनिवृत्ती आल्यावर हाडे ठिसूळ होणे, वजन वाढणे, नैराश्य येणे, अशा विकारांना सुरुवात होते.

पर्यायी उपचार

गर्भाशयासंबंधित आजारांमध्ये शस्त्रक्रिया करण्याऐवजी काही रुग्णांत पर्यायी उपचार अवलंबिता येऊ शकतात. यामध्ये –

- फायब्रॉइड्समध्ये कर्करोगाची शक्यता खूप कमी असते. अशा रुग्णात नियमित तपासण्या करत काही वर्षे वाट पाहता येते.
- फायब्रॉइड्सच्या उपचारात लेझर किंवा क्रायोसर्जरी वापरून ती नष्ट करता येतात.
- अंगावरून लाल जाणाऱ्या किंवा पाळीमध्ये जास्त रक्तस्राव होणाऱ्या रुग्णात, म्हणजे डिसफंक्शनल युटेराईन ब्लीडिंगमध्ये हार्मोन्सची औषधे देऊन हा त्रास सुरुवातीला नियंत्रणात येऊ शकतो.
- डायलेटेशन आणि क्युरेटाज किंवा एन्डोमेट्रियल ॲब्लेशन करून पाळीमध्ये अंगावरून जास्त जाण्याच्या त्रासाचा इलाज करता येतो.
- एन्डोमेट्रियोसिसमध्ये लॅपॅरॉस्कोपिक तंत्रज्ञान वापरून त्रास सुसह्य करता येतो.
- गर्भाशयाच्या मुखाच्या कर्करोगात 'सर्व्हायकल कोनायझेशन' तंत्र वापरून कर्करोगाच्या पेशी काढून टाकता येतात. मात्र, आजार जास्त वाढल्यास त्याचा उपयोग होत नाही.
- काही स्त्रियांना अतिरक्तस्रावाचा त्रास होतो. विशेषत: चाळिशीनंतर पाळीच्या तक्रारी जास्त प्रमाणात आढळून येतात. सोनोग्राफी, पॅप स्मिअर टेस्ट, क्युरेटिंग म्हणजे पिशवी धुणे इत्यादी केल्यावर अंतर्स्राव असंतुलित असल्याचे निदान होते. अशा वेळी वेगवेगळ्या पर्यायांचा विचार करता येतो. उदाहरणार्थ, विशिष्ट औषधे, अंतर्स्रावांच्या गोळ्या, प्रोजेस्टेरॉन असलेले गर्भाशयवलय (मिरेना) यांचा वापर करता येतो. बलून थेरपी, एन्डोमेट्रियल रिसेक्शन अशा उपचारांनी गर्भाशय वाचवता येते.

एक महत्त्वाची गोष्ट लक्षात ठेवावी! हे पर्यायी उपचार तज्ज्ञांच्या आणि प्रशिक्षित डॉक्टरांच्या सल्ल्यानेच घ्यावेत. हे उपचार कायम करायचे की तात्पुरते, याचा निर्णय डॉक्टरांच्या सल्ल्यानेच ठरवावा.

गर्भाशयातील छोटी गाठ, अंगावरून पांढरे पाणी जाणे अशा क्षुल्लक कारणांसाठी काही महिला शस्त्रक्रियेचा आग्रह धरतात; तर खूप त्रास होत असूनही, भीती, संकोच आणि कित्येकदा केवळ निष्काळजीपणा यामुळे स्त्रिया डॉक्टरांकडे जात नाहीत किंवा दुखणे अंगावर काढतात. शेवटी अगदीच असह्य झाल्यावर स्त्रीरोगतज्ज्ञांकडे येतात. अशा वेळी त्यांची तब्येत ढासळलेली असते, गाठी खूप वाढलेल्या असतात. साहजिकच, शस्त्रक्रियाही गुंतागुंतीची होऊ शकते. अतिकाळजी किंवा अतिनिष्काळजीपणा दोन्हीही अनाठायी असतात. योग्य वेळी आणि योग्य वैद्यकीय सल्ला घेऊन योग्य उपाययोजना अमलात आणणे कोणत्याही उपचारासाठी महत्त्वाचे असते.

❐❐❐

बीजांडकोषातील गाठी

प्रजननक्षमता हे सर्व सजीवांमध्ये आढळणारे वैशिष्ट्य आहे. विकसित प्राणिवर्गामध्ये त्यासाठी विशेष कार्य करणारी जननसंस्था असते, मानवप्राणी त्याला अपवाद नाही. स्त्री-पुरुषांमध्ये पुनरुत्पादनासाठी जननसंस्था असते. स्त्रियांच्या जननसंस्थेमध्ये बीजांडकोष हा प्रजनन प्रणालीचा महत्त्वाचा अवयव असतो.

स्त्रियांमध्ये दोन बीजांडकोष असतात आणि ते गर्भाशयाच्या दोन्ही बाजूला खालच्या ओटीपोटात असतात. त्यामध्ये स्त्रीबीजांची निर्मिती होते आणि इस्ट्रोजेन आणि प्रोजेस्टेरॉन हे स्त्रियांचे विशेष हार्मोन्स निर्माण होतात.

कधीकधी एका बीजांडकोषात द्रवपदार्थाने भरलेली थैली विकसित होते. त्याला सिस्ट किंवा गळू म्हणतात. असे सिस्ट तयार होणे ही एक सर्वसाधारण गोष्ट असते. बहुतेक वेळेस सिस्ट सामान्य आणि वेदनारहित असतात, तसेच त्या स्त्रीला कोणतीही लक्षणे जाणवत नाहीत.

बीजांडकोषाच्या सिस्टचे प्रकार

बीजांडकोषाच्या सिस्टचे विविध प्रकार असतात. डरमॉइड सिस्ट आणि एन्डोमेट्रिओमा सिस्ट असे दोन मुख्य प्रकार असतात. याव्यतिरिक्त, फंक्शनल सिस्ट्स हा सर्वात जास्त आढळणारा प्रकार आहे. फंक्शनल सिस्टचे फॉलिकल सिस्ट आणि कॉर्पस ल्यूटीयम सिस्ट असे दोन प्रकार असतात.

- **फॉलिकल सिस्ट :** मासिक पाळीदरम्यान काही स्त्रियांमध्ये फॉलिकल नावाच्या पिशवीत स्त्रीबीजे वाढतात. ही थैली बीजांडकोषातच असते. बहुतेकदा ही थैली फुटून खुली होते आणि त्यातून स्त्रीबीजांचे विमोचन होते. परंतु ही थैली फुटली नाही तर थैलीच्या आतला द्रव बीजांडकोषात गाठ बनवू शकतो. यालाच फॉलिकल सिस्ट म्हणतात.
- **कॉर्पस ल्यूटियम सिस्ट :** बहुतेक वेळा स्त्रीबीजे बाहेर पडल्यावर फॉलिकल्स (थैल्या) सामान्यतः विरघळतात. परंतु, जर त्या विरघळल्या नाहीत तर थैलीमध्ये अतिरिक्त द्राव तयार होऊन त्यांची तोंडे बंद होतात. हा द्राव जास्त प्रमाणात जमा होऊन कॉर्पस ल्यूटियम सिस्ट बनतात.

बीजांडकोषांच्या इतर प्रकारच्या सिस्ट्समध्ये पुढील मुख्य प्रकार असतात :

- **डर्मोइड सिस्ट :** केस, चरबी आणि इतर पेशीसमूहांचा समावेश असलेल्या थैलीची बीजांडकोषावर वाढ होते.
- **सिस्टॅडिनोमा :** अंडाशयांच्या बाह्य पृष्ठभागावर विकसित होऊ शकणारी; परंतु कर्करोग नसलेली पेशीसमूहांची वाढ

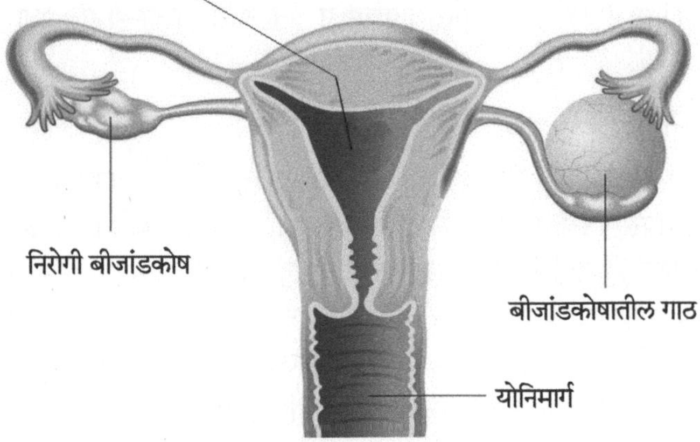

बीजांडकोषातील गाठी (ओव्हेरियन सिस्ट)

- **एन्डोमेट्रिओमा :** सामान्यतः गर्भाशयाच्या आत वाढणारे पेशीसमूह गर्भाशयाच्या बाहेरील भागामध्ये विकसित होऊन गर्भाशयाला चिकटतात, त्यामुळे हे सिस्ट तयार होते.
- **पॉलीसिस्टिक ओव्हेरियन सिंड्रोम :** अनेक स्त्रियांमध्ये ही स्थिती निर्माण होते. यामध्ये बीजांडकोषात मोठ्या संख्येने लहान सिस्ट्स तयार होतात. बीजांडकोषाचा आकार वाढतो. यावर उपचार न घेतल्यास स्त्रीबीजांचे विमोचन होत नाही. परिणामी, वंध्यत्व निर्माण होऊ शकते.

ओव्हेरियन सिस्टची लक्षणे

बहुतेकदा यात कोणतेही लक्षण उद्‌भवत नाही. मात्र, सिस्टचा आकार वाढत गेल्यास पुढील लक्षणे दिसू शकतात :

- ➲ पोट फुगल्यासारखे वाटणे, पोटात गुबारा धरणे किंवा सूज येणे
- ➲ आतड्यांच्या हालचालीमुळे पोट दुखणे
- ➲ मासिक पाळीच्या आधी किंवा दरम्यान ओटीपोटात दुखणे वा वेदना
- ➲ शरीरसंबंधात वेदना होणे
- ➲ कंबर आणि मांड्या दुखणे
- ➲ स्तनांमध्ये वेदना होणे
- ➲ मळमळ आणि उलटी होणे

मात्र, पुढील लक्षणे आढळल्यास त्वरित वैद्यकीय सल्ला घेणे गरजेचे असते.

- ➲ ओटीपोटात कमालीच्या तीव्र किंवा तीक्ष्ण वेदना होणे
- ➲ कडक ताप येणे
- ➲ अशक्तपणा किंवा चक्कर येणे
- ➲ श्वासोच्छ्वासाची गती खूप वाढणे

ही लक्षणे सिस्ट फुटल्याची (रप्चर्ड ओव्हेरियन सिस्ट) किंवा सिस्टच्या देठाशी तिढा पडल्याची (ओव्हेरियन टॉर्शन) असू शकतात. त्वरित उपचार न घेतल्यास या दोन्ही गुंतागुंती गंभीर स्वरूप धारण करतात.

गुंतागुंतीचे काही अन्य प्रकार

बहुतेक ओव्हेरियन सिस्ट्स ही किरकोळ किंवा सौम्य असतात. उपचार न करताही ती नैसर्गिकरीत्या विरून जातात. परंतु क्वचितप्रसंगी त्यामध्ये 'सिस्टिक ओव्हेरियन मास' हा कर्करोग आढळू शकतो.

ओव्हेरियन टॉर्शन ही या सिस्ट्सची महत्त्वाची गुंतागुंत असते. यामध्ये सिस्ट एवढा मोठा होतो, की बीजांडकोष त्याच्या मूळ जागेवरून सरकतो किंवा त्याच्या देठाशी पीळ पडतो. यामुळे बीजांडकोषाला होणारा रक्तपुरवठा खंडित होतो. उपचार न केल्यास बीजांडकोषाची हानी होऊन त्यातील पेशीसमूह मृत होतात. आपत्कालीन स्त्रीरोगविषयक शस्त्रक्रियांमध्ये या गुंतागुंतीचे प्रमाण तीन टक्यांपर्यंत असते.

जेव्हा सिस्ट्स फुटतात, त्या वेळेस तीव्र वेदना आणि अंतर्गत रक्तस्राव होऊ शकतो. या प्रकारात जंतुसंसर्गाची जोखीम वाढते. उपचार न घेतल्यास ही स्थिती जिवाला धोकादायक ठरू शकते.

ओव्हेरियन सिस्टचे निदान

स्त्रियांच्या नियमित तपासणीत केल्या जाणाऱ्या अंतर्गत वैद्यकीय तपासणीत ओव्हेरियन सिस्टचे निदान होऊ शकते.

- **अल्ट्रासाऊंड :** बीजांडकोषात सिस्ट आहे का, त्यावर सूज आली आहे का, हे पाहण्यासाठी अल्ट्रासाऊंड चाचणीचे केली जाते. अल्ट्रासाऊंड चाचणीमध्ये सिस्टचा प्रकार, त्याचे स्थान, आकार, रचना आणि त्यात घन पदार्थ आहे की द्राव भरलेला आहे, हे निर्धारित करण्यात मदत होते.
- **सीटी स्कॅन आणि एमआरआय**द्वारे अंतर्गत अवयवांची सखोल प्रतिमा पाहून निदान पक्के करता येते.

बहुतेक सिस्ट्स काही आठवड्यांनंतर किंवा काही महिन्यांनंतर नाहीसे होत असल्याने त्यावर त्वरित उपचारयोजना करायची आवश्यकता नसते. त्याऐवजी काही आठवड्यांनी किंवा महिन्याभराने अल्ट्रासाऊंड चाचणी पुन्हा करून निदान पक्के करता येते.

रुग्णाच्या स्थितीत कोणताही बदल होत नसल्यास किंवा सिस्ट आकारात वाढत असल्यास, लक्षणांची इतर कारणे निश्चित करण्यासाठी अतिरिक्त चाचण्या केल्या जातात. यात –

- स्त्री गरोदर नाही ना, याची खात्री करण्यासाठी गर्भधारणा चाचणी केली जाते.
- हार्मोनसंबंधित मुद्द्यांचा तपास करण्यासाठी इस्ट्रोजेनच्या किंवा प्रोजेस्टेरॉनच्या रक्तातील पातळ्या तपासल्या जातात.
- सीए-१२५ ही चाचणी गर्भाशयाच्या कर्करोगाची शंका दूर करू शकते.

उपचार

ओव्हेरियन सिस्टसाठी औषधोपचार आणि शस्त्रक्रियांचे विविध पर्याय आवश्यकतेनुसार केले जातात.

■ गर्भनिरोधक गोळ्या

ओव्हेरियन सिस्ट्स पुनःपुन्हा होत असतील तर इस्ट्रोजेन-प्रोजेस्टेरोन असलेल्या गर्भनिरोधक गोळ्या (ओरल कॉन्ट्रासेप्टिव्ह पिल्स) काही काळ दिल्या जातात. त्यायोगे स्त्रीचे अंडविमोचन आणि पाळी रोखली जाते. त्यामुळे नव्याने सिस्ट्स तयार होत नाहीत. या गर्भनिरोधक गोळ्यांनी अशा स्त्रियांमध्ये गर्भाशयाच्या कर्करोगाचा धोका कमी होतो. पोस्टमेनोपॉझल महिलांमध्ये गर्भाशयाच्या कर्करोगाचा धोका जास्त असतो.

■ लॅप्रोस्कोपी (दुर्बिणीतून होणारी शस्त्रक्रिया)

ओव्हेरियन सिस्टच्या निदानासाठी केलेल्या सोनोग्राफीमध्ये किंवा स्कॅनमध्ये, जर छोटे सिस्ट असून कर्करोगाची शक्यता आहे, असे सांगितले असेल तर त्यासाठी लॅप्रोस्कोपी केली जाते. या प्रक्रियेमध्ये नाभीजवळ एक छोटासा छेद घेऊन ओटीपोटात लॅप्रोस्कोप सोडून ही सिस्ट काढून टाकली जाते. सूक्ष्मदर्शकाद्वारे त्याचे परीक्षण करून कर्करोग आहे किंवा नाही, हे ठरवले जाते.

■ लेप्रॉटॉमी

ओव्हेरियन सिस्ट आकाराने मोठा असेल तर पोटावर छेद घेऊन, पोट उघडले जाते आणि शस्त्रक्रियेद्वारे सिस्ट काढले जाते किंवा त्याची बायोप्सी केली जाते. सूक्ष्मदर्शकाखाली तपासणी केली जाते. यात सिस्ट कर्करोगाचा आढळल्यास गर्भाशय, बीजांडकोष, बीजनलिका काढून टाकण्यासाठी टोटल हिस्टरेक्टॉमी करतात.

ओव्हेरियन सिस्टचा प्रतिबंध

तसे पाहता ओव्हेरीयन सिस्ट होऊच नये यासाठी कोणताही प्रतिबंधक उपाय नाही. मात्र, स्त्रियांनी वरकरणी काही त्रास नसताना स्त्रीरोगविषयक शारीरिक तपासणी तज्ज्ञांकडून करून घेतल्यास त्यांचे वेळेवर निदान होऊन पुढील त्रास व धोके टाळता येतात. बहुतेक सिस्ट्समध्ये कर्करोगाची शंका घ्यायचे कारण नसते. पण ओव्हेरियन कर्करोगामध्ये सिस्टसारखीच लक्षणे असतात. त्यामुळे पुढील लक्षणे असतील तर डॉक्टरांना त्वरित दाखवून निदान आणि उपचार करून घ्यावे लागतात :

- मासिक पाळीत बदल
- ओटीपोटात खूप दुखणे
- अन्नावरची वासना उडणे, भूक न लागणे
- एकाएकी अचानक वजन कमी होणे
- ओटीपोट फुगल्यासारखे वाटणे

दीर्घकालीन समस्या

रजोनिवृत्ती होण्यापूर्वीच्या वयात अनेक स्त्रियांमध्ये ओव्हेरियन सिस्ट्स उद्भवतात. बहुतेकदा ती काही महिन्यांत नाहीशीही होतात. पेरीमेनोपॉजल स्त्रियांमध्ये आणि संप्रेरकांचे असंतुलन असलेल्या स्त्रियांमध्ये ओव्हेरियन सिस्ट्स वारंवार उद्भवतात. उपचार न केल्यास, काही सिस्ट्स प्रजननक्षमता कमी करू शकतात. एन्डोमेट्रिओमा आणि पॉलीसिस्टिक ओव्हेरियन सिंड्रोममध्ये हे खात्रीने आढळते. प्रजननक्षमता सुधारण्यासाठी हे सिस्ट काढले जातात किंवा त्यांच्यातील द्रवपदार्थ काढून ते आकुंचित केले जातात. फंक्शनल सिस्ट, सिस्टॅडेनोमा आणि डरमॉइड अल्सर प्रजननक्षमतेवर परिणाम करत नाहीत.

रजोनिवृत्तीनंतर बीजांडकोषात निर्माण होणाऱ्या गाठी ओव्हेरियन सिस्ट असू शकतात किंवा बीजांडकोषाच्या कर्करोगाच्यासुद्धा असू शकतात. त्यामुळे या वयातील सिस्ट शस्त्रक्रियेद्वारे काढून त्यांची तपासणी करणे कित्येकदा गरजेचे असते. सर्वसाधारणपणे ५ सेंटीमीटरपेक्षा मोठ्या गाठी असल्यास त्या काढून टाकून त्यांची तपासणी करणे गरजेचे असते. मात्र, ओव्हेरियन सिस्टमुळे गर्भाशयाच्या कर्करोगाचा धोका वाढत नाही.

गरोदरावस्था आणि ओव्हेरियन सिस्ट

काही ओव्हेरियन सिस्टमुळे प्रजननक्षमता कमी होते; तर अनेक सिस्टमुळे प्रजननक्षमतेवर कोणताही परिणाम होत नाही. पॉलीसिस्टिक ओव्हेरियन सिंड्रोम, एन्डोमेट्रिओमा यामुळे गर्भधारणा होण्यामध्ये अडथळे येतात. पण फंक्शनल सिस्ट, डरमॉइड सिस्ट आणि सिस्टॅडिनोमा आकाराने फारसे मोठे नसल्यास गर्भधारणेवर काहीही परिणाम होत नाही.

एखादी स्त्री गर्भवती झाल्यानंतर सिस्टचे निदान झाले तर ते शस्त्रक्रियेने काढून टाकायचे किंवा नाही, हे त्या सिस्टच्या प्रकारावर आणि आकारावर अवलंबून राहते. बहुतेक सिस्ट निरुपद्रवी असतात आणि शस्त्रक्रियेच्या हस्तक्षेपाची आवश्यकता नसते. परंतु त्या सिस्टमध्ये कर्करोगाचा संशय आला किंवा तो फुटला तर मात्र शस्त्रक्रिया अनिवार्य ठरते.

ओव्हेरियन सिस्ट्स हा अत्यंत कॉमन आजार असतो. शंभरातील ८० स्त्रियांना त्याचा त्रास होत नाही. पण जननक्षमता आणि कर्करोग यांच्याशी त्यांचा संबंध असल्यामुळे त्याकडे दुर्लक्ष न करता, त्याचे निदान आणि उपचार वेळेवर करावेत.

❑❑❑

थायरॉईडचे आजार

आपल्या शरीरात थायरॉईड ही फुलपाखराच्या आकाराची ग्रंथी गळ्यामध्ये स्वरयंत्राच्या खालच्या बाजूस असते. यालाच 'गलग्रंथी' म्हणतात. त्यातून 'थॉयरॉक्सिन' नावाच्या संप्रेरकाची निर्मिती होऊन ते रक्तात सोडले जाते. त्यानंतर हे संप्रेरक शरीरातील सर्व महत्त्वपूर्ण अवयवांमध्ये प्रसृत केले जाते. थायरॉईडच्या योगे, शरीरातील अनेक क्रियाकलापांवर नियंत्रण ठेवले जाते. यामध्ये आपली चयापचय क्रिया शरीरातील ऊर्जा किती वेगाने खर्च करते, आपल्या हृदयाचे ठोके कितपत वेगाने पडतात, अशा गोष्टी येतात. शरीरातील ऊर्जेचा वापर सहजसाध्य होणे, शरीर उबदार ठेवणे, याशिवाय हृदय, मेंदू व शरीरातील स्नायूंची कार्ये योग्यरीत्या पार पाडणे, अशी अनेक कार्ये थायरॉईडमुळे नियंत्रित होतात. थायरॉईडच्या विकारांमध्ये थायरॉईड हे संप्रेरक जास्त किंवा कमी प्रमाणात निर्माण होते. आपल्या थायरॉईड ग्रंथी किती जास्त किंवा किती कमी संप्रेरके बनवते यावर आपल्या शरीरातील काही क्रियांचा वेग कमीजास्त होत असतो. या आजाराच्या स्वरूपाप्रमाणे थकवा किंवा अति उत्साह वाटू शकतो, तसेच वजन कमी होऊ शकते किंवा वाढूही शकते.

पुरुषांपेक्षा स्त्रियांमध्ये थायरॉईडचे विकार होण्याची शक्यता अधिक असते, विशेषतः गर्भधारणेनंतर आणि रजोनिवृत्तीनंतर!

थायरॉईडचे आजार

- **हायपोथायरॉयडिझम :** थायरॉईड संप्रेरके कमी स्त्रवल्यामुळे रक्तातील त्याचे प्रमाण कमी होऊन हा विकार उद्भवतो. वजन वाढणे, थकवा येणे, केस गळणे अशी लक्षणे या विकारांत प्रामुख्याने आढळून येतात. 'थायरॉईड स्टिम्युलेटिंग हार्मोन्स'च्या तपासणीत याचे निदान होते. थायरॉईड संप्रेरकांच्या औषधांनी हा विकार काबूत ठेवता येतो.
- **हायपरथायरॉयडिझम :** थायरॉईड संप्रेरके जास्त प्रमाणात स्त्रवल्यामुळे रक्तातील त्याचे प्रमाण वाढून हा विकार उद्भवतो. शरीराला कंप सुटणे, दरदरून घाम फुटणे, हृदयाची धडधड वाढणे आणि थायरॉईड ग्रंथीची वाढ होणे ही लक्षणे यामध्ये दिसून येतात.
- **थायरॉईड नोड्युल्स :** ग्रंथींमध्ये गाठी होऊन हा विकार होतो. सोनोग्राफी, थायरॉईड स्कॅन, एमआरआय यातून निदान होते. यापैकी दहा टक्के रुग्णांना कर्करोगाची बाधा होण्याची शक्यता असते.

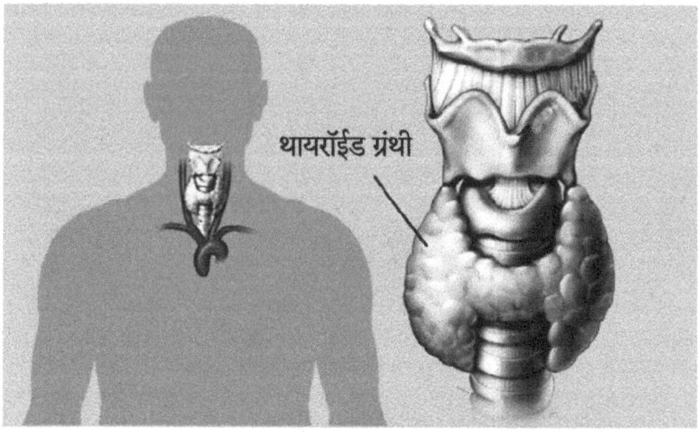

- **गॉयटर किंवा गलगंड :** थायरॉईड ग्रंथीची अस्वाभाविक वाढ म्हणजे गलगंड. थायरॉईड संप्रेरके तयार करण्यासाठी मेंदूतील पिट्युटरी ग्रंथीद्वारे टीएसएच हे संप्रेरक स्त्रवते. जेव्हा थायरॉईड संप्रेरके कमी असतात, तेव्हा टीएसएच जास्त स्त्रवते.

गलगंड होण्याची कारणे

■ आयोडीन कमतरता

थायरॉईड संप्रेरकाच्या निर्मितीसाठी आयोडीन लागते. आयोडीन समुद्राच्या पाण्यात, समुद्री मासे, प्रवाळ वनस्पतींमध्ये आणि अल्प प्रमाणात भूगर्भातल्या पाण्यात आढळते. समुद्रकिनाऱ्यापासून दूर असलेल्या डोंगराळ प्रदेशातल्या आहारात आयोडीनचे प्रमाण कमी असल्याने टीएसएचद्वारे थायरॉईड ग्रंथीच्या पेशींचे आकारमान वाढवून संप्रेरकाची निर्मिती करण्याचा प्रयत्न शरीर करते. साहजिकच, गलग्रंथीच्या आकारमानात वाढ होऊन गलगंड होतो. गलगंडामध्ये थायरॉईड संप्रेरकांची रक्तातील पातळी काही रुग्णांत आवश्यक इतकी असू शकते, तर काहींमध्ये कमी अथवा जास्तदेखील असते.

■ जन्मजात

गरोदर मातांच्या आहारात आयोडीनचे प्रमाण कमी असल्यास जन्माला येणाऱ्या बाळात थायरॉईड ग्रंथीशी समस्या आढळते. अनेक रुग्णालयांत नवजात अर्भकांची थायरॉईडबाबत तपासणी करण्याची पद्धत आहे.

■ हाशिमोटो डिसीज

हा ऑटोइम्यून आजार असतो. यामध्ये शरीरातील रोगप्रतिकारक प्रणाली (इम्यून सिस्टीम) स्वत:च्याच थायरॉईड ग्रंथीच्या पेशी नष्ट करते. थायरॉईड हार्मोन्स कमी स्त्रवू लागते. परिणामतः मेंदूतील पिट्युटरी ग्रंथीद्वारे टीएसएच जास्त प्रमाणात स्त्रवते आणि ग्रंथीचा आकार वाढून गलगंड होतो.

■ ग्रेव्हज डिसीज

रोगप्रतिकारक प्रणालीद्वारे थायरॉईड स्टिम्युलेटिंग इम्यूनोग्लोबिन नावाचे प्रथिन स्त्रवते. त्यामुळे थायरॉईड ग्रंथीच्या पेशींची वाढ होऊन तिचा आकार वाढतो. थायरॉईड संप्रेरके मोठ्या प्रमाणात निर्माण होऊन हायपरथायरॉयडिझम असलेला गलगंड होतो.

स्त्रिया आणि थायरॉईड

पुरुषांपेक्षा स्त्रियांमध्ये थायरॉईडचे विकार जास्त प्रमाणात आढळून येतात. एकुणात १२.५ टक्के स्त्रियांमध्ये हे विकार आढळतात. याचाच अर्थ, दर आठ महिलांपैकी एकीला तिच्या आयुष्यात केव्हा ना केव्हा तरी थायरॉईडची समस्या उद्‌भवण्याची शक्यता असते.

स्त्रियांच्या आरोग्याबाबत थायरॉईडमुळे पुढील मुख्य समस्या उद्‌भवतात :

१. **अनियमित मासिक पाळी :** थायरॉईड ग्रंथीतील संप्रेरके मासिक पाळीवर नियंत्रण ठेवण्यास मदत करतात. थायरॉईडच्या संप्रेरकांचे प्रमाण जास्त असल्यास पाळीमध्ये रक्तस्राव जास्त प्रमाणात होऊ शकतो आणि पाळीही लवकर लवकर येऊ शकते. एरवी २८ दिवसांचे नॉर्मल चक्र दहा ते पंधरा दिवसांपर्यंतही कमी होऊ शकते.
थायरॉईड संप्रेरक कमी प्रमाणात निर्माण होत असेल, तर पाळीदरम्यान रक्तस्राव अगदी कमी होऊन पाळी उशिरा येऊ शकते. काही वेळेस ती काही महिने लांबू शकते. हायपोथायरॉईडच्या विकारामध्ये स्त्रियांची मासिक पाळी काही महिने किंवा त्याहून अधिक काळ थांबू शकते, याला अमेनोरिया म्हणतात.

२. **अकाली रजोनिवृत्ती :** शरीरातील रोगप्रतिकारक प्रणालीमुळे थायरॉईड ग्रंथीचे कार्य कमी होऊ शकते. अशा आजाराला 'ऑटो इम्यून थायरॉयडायटिस' म्हणतात. या विकारात स्त्रीच्या बीजांडकोषावर परिणाम होऊन कमी वयातच म्हणजे चाळिशी येण्याआधीच तिची रजोनिवृत्ती होऊ शकते. याउलट, वेळेवर होणाऱ्या रजोनिवृत्तीमध्ये त्यातील लक्षणांमुळे थायरॉईडच्या समस्येची लक्षणे ध्यानात येत नाहीत. रजोनिवृत्तीनंतर थायरॉईडचे विकार, विशेषतः हायपोथायरॉयडिझम होण्याची शक्यता जास्त असते.

३. **वंध्यत्व :** थायरॉईडच्या विकाराचा मासिक पाळीवर होणाऱ्या परिणामांमुळे स्त्रीबीजांवर परिणाम होऊन स्त्रीमध्ये वंध्यत्व उद्‌भवू शकते.

थायरॉईड आणि गर्भधारणेदरम्यान समस्या

गर्भधारणेदरम्यान थायरॉईडच्या समस्येमुळे आईच्या आणि बाळाच्या आरोग्यास त्रास होतो. बहुतेक स्त्रियांच्या गरोदरपणात थायरॉईड ग्रंथी आणि संप्रेरकांमध्ये नैसर्गिकरीत्याच काही बदल होत असतात. गर्भाच्या नैसर्गिक वाढीवर या बदलांचे परिणाम होत असतात.

१. **प्रेग्नन्सी गॉयटर :** सर्वसाधारणपणे गरोदरपणात थायरॉईड ग्रंथीचा आकार १० ते १५ टक्क्यांनी वाढतो. यालाच 'प्रेग्नन्सी गॉयटर' असे म्हणतात. गरोदरावस्थेमधील पहिल्या १० ते १२ आठवड्यांमध्ये आईच्या रक्तातून गर्भाला थायरॉईड संप्रेरके मिळत असतात. यासाठी मातेला दररोज २०० मायक्रोग्रॅम आयोडीनची आवश्यकता असते.

२. गर्भावस्थेतील सोळाव्या आठवड्यापासून गर्भाची थायरॉईड ग्रंथी स्वतःची थायरॉईड संप्रेरके तयार करू लागते. हे सगळे बदल स्त्रीच्या गरोदरपणात होत असल्यामुळे या काळात प्रथमच उद्‌भवणाऱ्या थायरॉईड विकारांचे प्रमाण जास्त असते. त्याचबरोबर मातेला गरोदरपणापूर्वी थायरॉईडचे विकार असतील तर ते या काळात आणखी बळावतात.

३. **हायपरथायरॉयडिझम :** या आजारात मातेच्या रक्तातल्या थायरॉईड संप्रेरकांची पातळी वाढलेली आढळते. साधारणपणे दहा हजार गरोदर स्त्रियांमध्ये सहा ते सात जणींना विकार आढळतो.

- या स्त्रियांचे वजन घटते.
- सतत उलट्या होत राहतात.
- छातीत खूप धडधडते.
- पायांवर सूज येते.
- कमालीचा थकवा जाणवत राहतो.
- थायरॉईड ग्रंथीचा आकार वाढलेला आढळतो. (गॉयटर)
- त्यांच्या गर्भाची वाढ व्यवस्थित आणि समाधानकारक होत नाही.
- रक्तदाब वाढतो.
- मुदतपूर्व प्रसूती होते.

अनेकदा गरोदरपणात थायरॉईडबाबत निदान आणि औषधोपचार होत नाही. अशा वेळेस या ग्रंथीचे कार्य वेगाने वाढत राहते आणि रुग्ण 'थायरोटॉक्सिक क्रायसिस' किंवा 'थायरॉईड स्टॉर्म' या गंभीर अवस्थेत जातो. अशा वेळेस त्या स्त्रीला आणि तिच्या उदरातील बाळाला दोघांनाही प्राणगंभीर धोका असतो.

या विकाराच्या स्त्रीच्या पोटातील गर्भाबाबत पुढील लक्षणे दिसून येतात :

- हृदयाचे ठोके वाढणे
- वाढ खुंटणे
- मृत मूल जन्माला येणे
- अपुऱ्या दिवसांचे बाळ जन्माला येणे
- बाळामध्ये जन्मजात दोष असणे
- नवजात अर्भकाला हायपरथायरॉयडिझम असणे

उपचार

या विकाराच्या उपचाराने माता आणि अर्भकामधील संभाव्य धोके टाळता येतात. थायरॉईड संप्रेरकांचे प्रमाण योग्य पातळीवर राहण्यासाठी संप्रेरकांच्या पातळीची नियमित काळाने तपासणी करत, तिचे नियंत्रण करणारी औषधे न चुकता घ्यावी लागतात. काही रुग्णांच्या संप्रेरक पातळीवर गोळ्यांचा परिणाम होत नाही. अशांमध्ये थायरॉईड ग्रंथीची शस्त्रक्रिया करावी लागते.

ज्या महिलांना दिवस राहण्याच्या आधीपासून थायरॉईडचा विकार असतो, अशा रुग्णांना गरोदरपणातही उपचार घ्यावे लागतात. या उपचारांनी बाळावर दुष्परिणाम होण्याची शक्यता नसते. अशा स्त्रियांच्या नवजात अर्भकाच्याही थायरॉईड चाचण्या करणे क्रमप्राप्त ठरते. प्रसंगी त्यांच्या बाळावरही उपचार करण्याची गरज असते. बाळंतपणानंतर अशा स्त्रियांच्या पुन्हा तपासण्या करून त्यांचे औषधांचे डोस पुन्हा ठरवावे लागतात.

४. **हायपोथायरॉयडिझम :** तीन टक्के गरोदर स्त्रियांमध्ये हा आजार आढळतो. या आजारात थायरॉईड हार्मोन्सचे रक्तातील प्रमाण कमी झालेले आढळते. बहुतांशी स्त्रियांमध्ये इतर काही लक्षणे आढळत

नाहीत. मात्र, थायरॉईड संप्रेरके खूपच कमी झाली तर त्या स्त्रियांना अनेक गंभीर त्रासांना तोंड द्यावे लागते. ते पुढीलप्रमाणे –

- वजन जास्त वाढणे
- हिमोग्लोबिनचे प्रमाण कमी होऊन चेहरा पांढुरका पडणे
- कमालीचा थकवा येणे
- हातापायात पेटके येणे
- गर्भपात होणे
- हृदयाचे ठोके मंदावणे
- रक्तदाब वाढणे
- गर्भाची अपुरी वाढ होणे
- प्रसूतीच्या वेळी अतिरिक्त रक्तस्राव होणे

बाळाला होणारे त्रास : थायरॉईड संप्रेरके गर्भाच्या मज्जासंस्थेच्या वाढीला आवश्यक असतात. मातेच्या हायपोथायरॉयडिझमवर योग्य उपचार न केल्यास बाळाची शारीरिक, मानसिक आणि बौद्धिक वाढ मंदावते.

गरोदरपणापूर्वीपासून हायपोथायरॉयडिझम असणाऱ्या स्त्रियांमध्ये औषधाचा डोस गरोदरपणात वाढवावा लागतो. थायरॉईडच्या रक्त चाचण्या नियमितपणे करून हा डोस कमी किंवा जास्त करावा लागतो.

५. **प्रसूतिपश्चात थायरॉईडायटिस :** म्हणजेच बाळंतपणानंतर थायरॉईडचा दाह हा १० टक्के स्त्रियांमध्ये आढळतो. अनेकदा याचे निदान होऊ शकत नाही. कारण प्रसूतिपश्चात मातेला एरवी होणारे त्रास आणि या आजारामुळे होणारे त्रास हे सारखेच असतात. त्यामुळे यात गल्लत होते. प्रसूतिपश्चात थायरॉईडायटीस असणाऱ्या स्त्रियांना शारीरिकदृष्ट्या खूप थकल्यासारखे आणि मानसिकदृष्ट्या मनस्वास्थ्य ठीक नसल्यासारखे सतत वाटते. हा सामान्यतः दोन टप्प्यांत होतो :

- पहिला टप्पा बाळ जन्मल्यानंतर एक ते चार महिन्यांच्या काळात सुरू होतो आणि सामान्यतः एक ते दोन महिने टिकतो. या टप्प्यात तिला हायपरथायरॉयडिझमची लक्षणे असू शकतात. कारण खराब झालेल्या थायरॉईडमुळे थायरॉईड संप्रेरक लीक होऊन रक्तप्रवाहात मिसळतात.
- दुसरा टप्पा प्रसूतीनंतर सुमारे चार ते आठ महिन्यांनी सुरू होतो आणि ६ ते १२ महिने टिकतो. या टप्प्यात स्त्रीला हायपोथायरॉयडिझमची लक्षणे दिसू शकतात. कारण थायरॉईड ग्रंथीतील हार्मोन्स खूप कमी होऊन जातात. त्यानंतरच्या काळात किंवा रोगप्रतिकारक प्रणालीचा हल्ला संपतो आणि थायरॉईडचा त्रास बरा होतो.

थायरॉईडचा कर्करोग

थायरॉईड कर्करोगाचे प्रमाण स्त्रियांमध्ये पुरुषांपेक्षा तिपटीने असते. २०२१पर्यंत थायरॉईड कर्करोगाने ग्रस्त असलेल्या महिलांची संख्या जगभरात ७० हजारांपर्यंत पोहोचेल असा अंदाज आहे. थायरॉईड कर्करोगाचा धोका पुढील व्यक्तींना जास्त असतो :

- २५ ते ६५ वयोगटातील

- अन्य कर्करोगाच्या उपचारांसाठी बालपणात ज्यांच्या डोक्याला किंवा मानेला रेडिएशन थेरपी दिली गेली होती.
- ज्यांना पूर्वी गॉयटर होऊन गेलेला आहे.
- थायरॉईड कर्करोगाचा कौटुंबिक इतिहास आहे.

थायरॉईड कर्करोगाचा मुख्य उपचार म्हणजे संपूर्ण थायरॉईड ग्रंथी काढून टाकण्याची शस्त्रक्रिया करावी लागते. कर्करोग आकाराने लहान असेल आणि बाजूच्या रसग्रंथीपर्यंत पसरलेला नसेल तर फक्त शस्त्रक्रिया केल्यास थायरॉईड कर्करोग बरा होतो. शस्त्रक्रियेनंतर रेडिओआयोडीन थेरपी वापरली जाते. रेडिओआयोडीन थेरपी शल्यक्रियेने काढता न आलेल्या शरीराच्या इतर भागात पसरलेल्या कोणत्याही थायरॉईड कर्करोगाच्या पेशी नष्ट करते.

थायरॉईडचे विकार हे दिवसेंदिवस जास्त प्रमाणात आढळून येत आहेत. अनेक युवती तसेच मध्यमवयीन स्त्रियांना होणारे हे त्रास काळजीपूर्वक औषधोपचार घेऊन नियंत्रणात ठेवावे लागतात.

❐❐❐

रजोनिवृत्ती

रजोनिवृत्ती हा स्त्रीच्या जीवनाचा एक अनिवार्य भाग आहे. हा जीवनातला एक महत्त्वाचा बदल असतो. रजोनिवृत्ती हा स्त्रीच्या आयुष्यातील एक महत्त्वाचा टप्पा असतो. मात्र, तो एकाएकी उद्भवत नाही.

मासिक पाळीचे नियमन करणारे इस्ट्रोजेन आणि प्रोजेस्टेरॉन हे दोन महत्त्वाचे हार्मोन्स स्त्रियांच्या बीजांडकोषात तयार होत असतात. जसजसे वय वाढते तसतशी बीजांडकोषातील बीजांची संख्या कमीकमी होत जाते. या ग्रंथी थकतात, हळूहळू त्यांचे काम कमी होत जाते. परिणामी, पाळी बंद होते. कोणताही आजार नसताना किंवा गर्भधारणा नसताना जेव्हा सलग १२ महिने स्त्रीला पाळी येत नाही, तेव्हा 'तिची रजोनिवृत्ती झाली' किंवा 'मेनोपॉज सुरू झाला', असे म्हणतात.

पाळी थांबण्यापूर्वी आणि थांबल्यानंतर रजोनिवृत्तीची लक्षणे बराच काळ येत राहतात. भारतीय स्त्रियांचे रजोनिवृत्तीचे सरासरी वय ४६.२ वर्षे आहे. पाश्चिमात्य देशांत ते ५१ ते ५२ वर्षे असते.

रजोनिवृत्ती म्हणजे स्त्रीला मासिक पाळी येणे कायमचे बंद होणे. साहजिकच, त्यापुढे ती नैसर्गिकरीत्या गर्भवती होऊ शकत नाही. रजोनिवृत्तीनंतर बीजांडकोषामधील इस्ट्रोजेन आणि प्रोजेस्टेरॉन या स्त्री जीवनात महत्त्वाची कामगिरी बजावणाऱ्या हार्मोन्सची पातळी कमी होते. परिणामतः या काळात स्त्रियांमध्ये अनेक आरोग्य समस्या उद्भवतात.

रजोनिवृत्ती संक्रमण (पेरीमेनोपॉज)

पेरीमेनोपॉज म्हणजे रजोनिवृत्ती होईपर्यंतची आधीची काही वर्षे आणि पाळी पूर्ण थांबल्यानंतरचा काही कालावधी. या काळात स्त्रीच्या बीजांडकोषांमधून नेहमीपेक्षा इस्ट्रोजेन आणि प्रोजेस्टेरॉन या संप्रेरकांचे प्रमाण पूर्ण बदलते. मासिक पाळी बंद होताना आतापर्यंत नियमित येणारी पाळी दीर्घ काळ लांबू शकते किंवा लवकर लवकर येऊ शकते. या काळात होणाऱ्या रक्तस्रावाचे प्रमाणही कमी किंवा जास्त होत जाते, तसेच अंगावरून जाण्याचे दिवसही कमी-जास्त होऊ शकतात.

लक्षणे

रजोनिवृत्ती संक्रमण अवस्थेमध्ये (पेरीमेनोपॉज) स्त्रियांना पुढील लक्षणे जाणवतात :

- मासिक पाळीचा कालावधी अनियमित होतो.
- योनिमार्गामध्ये कोरडेपणा जाणवतो.
- **हॉट फ्लशेस :** कानशिलातून गरम वाफा येत आहेत असे वाटते. रजोनिवृत्तीमधील ८० टक्के महिलांना हॉट फ्लशेसचा त्रास होतो. प्रत्येकीच्या बाबतीत हा थोडाबहुत वेगळा अनुभव असू

शकतो. सर्वसाधारणपणे या दरम्यान चेहरा, मान, छाती, पोट या शरीराच्या वरच्या भागात खूप गरम किंवा उबदार झाल्यासारखी भावना होते. हा अनुभव अचानक येतो. बऱ्याचदा चेहरा आणि मानेवर लालीदेखील पसरते.

- थंडी वाजून येते.
- रात्री घाम येतो.
- झोप व्यवस्थित होत नाही.
- मन:स्थिती (मूड) सतत बदलत राहते.
- वजन वाढते.
- शरीराच्या हालचाली संथ होऊ लागतात.
- डोक्याचे केस गळायला लागून पातळ होऊ लागतात.
- त्वचा कोरडी होते.
- स्तनांचा भरीवपणा कमी होऊन ते ओघळू लागतात

मासिक पाळीतील बदल आणि ही लक्षणे प्रत्येक स्त्रीमध्ये वेगवेगळी असू शकतात. रजोनिवृत्तीच्या संक्रमणादरम्यान मासिक पाळी उशिरा येणे किंवा एखादा महिना न येणे आणि दोन महिन्यांनी येणे असे अनेकांच्या बाबतीत घडते. काही महिलांमध्ये ती कित्येक महिने येत नाही; आणि नंतर पुन्हा काही महिन्यांसाठी नियमित मासिक चक्र सुरू राहते. काही स्त्रियांमध्ये दोन-तीन वेळा मासिक पाळी लवकर येते, काही काळ थांबते आणि पुन्हा येते. पाळी पूर्ण बंद होण्याआधीच्या काळात अशा अनियमित कालावधीदरम्यान काही स्त्रियांना गर्भधारणाही होऊ शकते.

सर्वसाधारणपणे रजोनिवृत्तीचे संक्रमण हा काळ चार ते आठ वर्षांचा असू शकतो. मात्र, मासिक पाळी लांबू लागली तर तो रजोनिवृत्तीचा संक्रमण काळ आहे, की काही इतर आजारांनी पाळी लांबली आहे, याचे निदान स्त्रीरोगतज्ज्ञांकडून करून घ्यावे. यासाठी रक्तातील संप्रेरकांची पातळी तपासावी लागते. वैद्यकीय कारण असल्याशिवाय डॉक्टर सहसा या चाचणीची शिफारस करत नाहीत. कारण बहुतेक स्त्रियांमध्ये रजोनिवृत्तीच्या संक्रमणादरम्यान हार्मोन्सची पातळी वर-खाली होत असते. त्यामुळे त्या स्त्रीला रजोनिवृत्ती सुरू झाली आहे का, हे रक्तचाचणीच्या योगेही ठामपणे सांगणे कठीण असते.

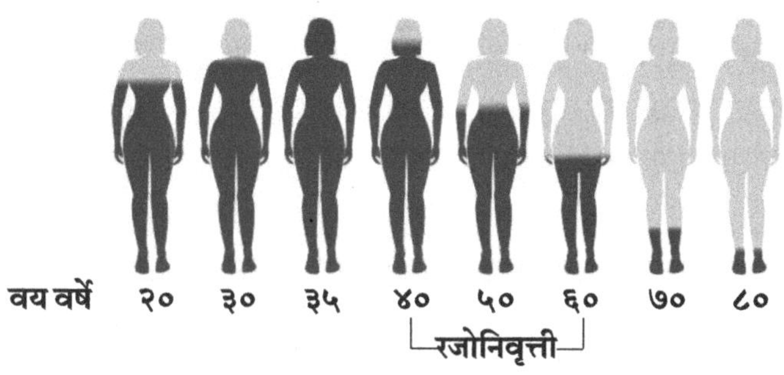

इस्ट्रोजेनची वयाप्रमाणे बदलणारी पातळी

रजोनिवृत्तीची कारणे

१. **संप्रेरके :** नैसर्गिकरीत्या पुनरुत्पादनासाठी आवश्यक असलेली संप्रेरक कमी होत जातात. स्त्रियांमध्ये तिशी संपून चाळिशी सुरू होते तेव्हा बीजांडकोषात इस्ट्रोजेन आणि प्रोजेस्टेरॉन हे मासिक पाळीचे नियमन करणारे हार्मोन्स कमी होतात. त्यामुळे जननक्षमतादेखील घटत जाते. स्त्रियांमध्ये वयाच्या चाळिशीत मासिक पाळी खूपच कमी प्रमाणात होणे, खूप जास्त प्रमाणात होणे किंवा २८ दिवसांपेक्षा कमी काळात येणे अथवा लांबणे असे वारंवार होऊ शकते. शेवटी सेहेचाळिसाव्या वर्षाच्या आसपास बीजांडकोषातून अंडविमोचन होणे थांबते आणि मेनोपॉज सुरू होतो.

२. **बीजांडकोष काढून टाकण्याची शस्त्रक्रिया (उफोरेक्टॉमी) :** बीजांडकोषामध्ये निर्माण होणारी संप्रेरके पाळीचे नियमन करतात. बीजांडकोष काढून टाकण्याच्या शस्त्रक्रियेमुळे मासिक पाळी बंद होऊन त्वरित रजोनिवृत्ती होते. यानंतर हॉटफ्लशेस आणि रजोनिवृत्तीची इतर चिन्हे आणि लक्षणे दिसू लागतात. एरवीप्रमाणे हळूहळू पाळी न जाता अचानक गेल्यामुळे ही चिन्हे आणि लक्षणे तीव्र असू शकतात.

३. **गर्भाशय काढून टाकणारी शस्त्रक्रिया (हिस्टरेक्टॉमी) :** यामुळे सहसा त्वरित रजोनिवृत्ती उद्भवत नाही. स्त्रीच्या बीजांडकोषात अजूनही बीजे शिल्लक असतात आणि त्यातून इस्ट्रोजेन आणि प्रोजेस्टेरॉन तयार होत असते.

४. **केमोथेरपी आणि रेडिएशन थेरपी :** या कर्करोगाच्या उपचारांमुळेसुद्धा रजोनिवृत्ती उद्भवू शकते. उपचारादरम्यान किंवा थोड्या वेळानंतर हॉट फ्लशेस आणि इतर लक्षणे उद्भवू शकतात. केमोथेरपीनंतर मासिक पाळी (आणि प्रजननक्षमता) कायमस्वरूपी बंद होत नाही. म्हणूनच, या काळात जननक्षम वयातील स्त्रियांना संतती प्रतिबंधक उपाय सुरू ठेवावे लागतात. बीजांडकोषांवर रेडिएशन दिले जात असेल तरच गर्भाशयाच्या कार्यावर परिणाम होत राहतात. स्तन, डोके, मान अशासारख्या शरीराच्या अन्य भागांवरील रेडिएशन थेरपीमुळे रजोनिवृत्ती होत नाही.

६. **बीजांडकोषाचे प्राथमिक अपुरेपण (प्रायमरी ओव्हेरियन फेल्युअर) :** साधारणपणे शंभरातील एका स्त्रीला वयाच्या चाळिशीपूर्वी रजोनिवृत्ती येते. आनुवंशिक कारणांमुळे किंवा ऑटोइम्यून विकारांमुळे बीजांडकोशातून निर्माण होणारी संप्रेरके आवश्यकतेपेक्षा खूप कमी प्रमाणात निर्माण होऊ लागतात. परिणामतः स्त्रीला अकाली रजोनिवृत्ती येते. परंतु अनेकदा अकाली रजोनिवृत्तीचे कोणतेही कारण सापडत नाही. अशा महिलांना त्यांच्या मज्जासंस्थेचे, हृदयाचे आणि हाडांचे संरक्षण करण्यासाठी रजोनिवृत्तीच्या नैसर्गिक वयापर्यंत बाह्य हार्मोन थेरपीची शिफारस केली जाते.

रजोनिवृत्तीची लक्षणे अचानक सुरू झाल्याचे स्त्रीला लक्षात येऊ शकते. मात्र, सुरुवातीला ती अगदी सौम्य असू शकतात. लक्षणे एकदा सुरू झाल्यावर ती मध्येच कमी होतात आणि बहुतेक वेळा ती पुनश्च उद्भवू शकतात. काही स्त्रियांमध्ये अनेक लक्षणे एकत्र दिसतात किंवा काहींमध्ये ती एकेक करून उद्भवू लागतात. काही स्त्रियांमध्ये मानसिकदृष्ट्या सैरभैर होणे, प्रीमेन्स्ट्रुअल सिंड्रोम (पीएमएस) अशी रजोनिवृत्तीची लक्षणे सुरुवातीलाच दिसू लागतात.

रजोनिवृत्तीमधील गुंतागुंत

रजोनिवृत्तीनंतर स्त्रियांमध्ये काही महत्त्वाचे शारीरिक आजार निर्माण होण्याची शक्यता असते :

१. **हृदयासंबंधी व रक्तवाहिन्यासंबंधी विकार :** या काळात स्त्रियांमधील इस्ट्रोजेनची पातळी कमी होऊन हृदय व रक्तवाहिन्यासंबंधी विकारांचा धोका वाढतो. मासिक पाळी नियमित असताना स्त्रियांमध्ये हृदयविकाराचा झटका येण्याचे प्रमाण अत्यल्प असते. मात्र, रजोनिवृत्तीनंतर तो अनेकपटीने वाढतो. यासाठी नियमित व्यायाम करणे, समतोल आणि चौरस आहार घेणे, नियमित, योग्य वेळी आणि योग्य काळ झोप घेणे, वजन आटोक्यात ठेवणे महत्त्वाचे ठरते. या काळात कोलेस्टेरॉल, रक्तदाब, हृदयाच्या तपासण्या कराव्यात. हृदयविकारापासून आपले रक्षण कसे करावे, याबाबत डॉक्टरांचा सल्ला नियमितपणे घ्यावा.

२. **ऑस्टिओपोरोसिस :** रजोनिवृत्तीनंतर पहिल्या काही वर्षांत योग्य काळजी न घेतल्यास हाडांची घनता वेगाने वाढून ऑस्टिओपोरोसिसचा धोका निर्माण होतो. या विकारात हाडे ठिसूळ आणि कमकुवत होतात. त्यामुळे साध्या आघाताने किंवा किरकोळ पडल्याने हातापायांच्या किंवा मांडीच्या, दंडाच्या, मनगटाच्या, पाठीच्या मणक्यांच्या तसेच कमरेच्या हाडांची मोठी फ्रॅक्चर्स होण्याचा धोका वाढतो.

४. **मूत्रमार्गाचे नियमन बिघडणे :** रजोनिवृत्तीनंतर योनीच्या आणि मूत्रमार्गाच्या पेशीसमूहांचा लवचीकपणा कमी होतो. त्यामुळे मूत्रविसर्जनावरील नियंत्रण घटून अचानक, वारंवार लघवी होऊ लागते. ती दबवणे कठीण होते. खोकल्यावर, जोराने हसल्यावर, उठताना-बसताना ताण आल्यावर मूत्रविसर्जनाची भावना होऊ लागते. या काळात मूत्रमार्गाच्या अंतर्भागात वारंवार जंतुसंसर्ग होऊ शकतो. ओटीपोटातील स्नायूंना बळकट करणारे काही विशिष्ट व्यायाम आणि इस्ट्रोजेनयुक्त औषधे घेतल्यास ही लक्षणे दूर होण्यास मदत होऊ शकते. रजोनिवृत्तीनंतर मूत्रमार्गात आणि योनीच्या पेशींमध्ये होणाऱ्या बदलांमुळे मूत्रविसर्जनावरील ताबा कमी होत असतो, संप्रेरकांयोगे उपचार प्रभावी ठरतात.

५. **लैंगिक कार्ये :** रजोनिवृत्तीनंतर योनिमार्गात ओलावा कमी होऊन तिच्यात कोरडेपणा निर्माण होतो. यामुळे शरीरसंबंधांदरम्यान वेदना, अस्वस्थता येते. क्वचितप्रसंगी रक्तस्राव होऊ शकतो. याच कारणांनी स्त्रीची कामेच्छा कमी होत जाते.

   रजोनिवृत्तीनंतर निर्माण होणारा योनीतील कोरडेपणा काही विशिष्ट मॉइश्चरायझर्स आणि लुब्रिकंट्स वापरल्यास कमी होऊ शकतो. मात्र, क्रीम, टॅब्लेट किंवा रिंग या प्रकारात उपलब्ध असलेली इस्ट्रोजेन्स योनिमार्गामध्ये वापरल्यास जास्त चांगला परिणाम होऊ शकतो.

६. **वजनवाढ :** रजोनिवृत्तीच्या संक्रमणादरम्यान आणि रजोनिवृत्तीनंतर चयापचय क्रिया मंदावत असल्याने, बऱ्याच स्त्रियांचे वजन खूप वाढते. त्यासाठी योग्य आणि समतोल आहार आणि अधिक व्यायामाची आवश्यकता असते.

रजोनिवृत्तीचे निदान

रजोनिवृत्तीची चिन्हे आणि लक्षणे बहुतेक स्त्रियांना रजोनिवृत्तीचे संक्रमण सुरू झाले आहे, अशी जाणीव होण्यासाठी पुरेशी असतात. मासिक पाळीचा अनियमित कालावधी किंवा हॉट फ्लशेस यांच्याबद्दल काळजी वाटत असेल तर डॉक्टरांचा सल्ला त्वरित घ्यावा.

रजोनिवृत्तीचे निदान करण्यासाठी सामान्यतः चाचण्या आवश्यक नसतात. परंतु काही विशिष्ट परिस्थितींमध्ये संप्रेरकांची पातळी तपासण्यासाठी रक्ताच्या चाचण्या घ्याव्या लागतात.

- **फॉलिकल स्टिम्युलेटींग हार्मोन (एफएसएच) आणि इस्ट्रोजेन (एस्ट्रॅडिओल) :** रजोनिवृत्ती होताना एफएसएचची पातळी वाढते आणि एस्ट्रॅडिओलची पातळी कमी होते. मूत्रातील एफएसएचच्या पातळीची तपासणी केल्यावर पेरिमेनोपॉज किंवा रजोनिवृत्तीचे निदान होऊ शकते. मासिक पाळीच्या दरम्यान एफएसएच पातळी वाढते आणि कमी होते. त्यामुळे या तपासणीतून नक्की निदान होऊ शकत नाही.
- **थायरॉईड उत्तेजक संप्रेरक (टीएसएच) :** थायरॉईडच्या ग्रंथीचे कार्य कमी होत असल्यास (हायपोथायरॉयडिझम) रजोनिवृत्तीसारखीच लक्षणे कारणीभूत ठरू शकतो.

उपचार

खरेतर रजोनिवृत्तीसाठी कोणत्याही एकच एक वैद्यकीय उपचाराची आवश्यकता नसते. या काळात निर्माण होणारी लक्षणे, चिन्हे दूर करणे आणि पुढील काळात वृद्धत्वामुळे होणाऱ्या दीर्घ काळ सुरू राहणाऱ्या त्रासांचा प्रतिबंध आणि व्यवस्थापन करणे जास्त महत्त्वाचे असते.

■ संप्रेरक उपचार

रजोनिवृत्तीमध्ये हॉट फ्लशेस कमी करण्यासाठी इस्ट्रोजेन थेरपी हा सर्वात प्रभावी उपचार-पर्याय असतो. रुग्णाच्या वैयक्तिक आणि कौटुंबिक वैद्यकीय इतिहासानुसार, कमीत कमी डोसमध्ये आणि कमीत कमी कालावधीकरिता इस्ट्रोजेनची शिफारस केली जाते.

स्त्रीच्या गर्भाशयाची शस्त्रक्रिया झालेली नसेल तर इस्ट्रोजेनसोबत प्रोजेस्टिनदेखील देणे आवश्यक ठरते. रजोनिवृत्तीच्या वेळेस हार्मोन्स दिल्याने बऱ्याच स्त्रियांना त्याचा नक्कीच उपयोग होतो. इस्ट्रोजेन हाडांची झीज टाळण्यासदेखील मदत करते.

हार्मोन रिप्लेसमेंट थेरपी सगळ्यांनाच लागू पडेल असेही नाही. कारण ही संप्रेरके दीर्घ काळ दिली तर हृदयात आणि रक्तवाहिन्यांमध्ये दोष निर्माण होणे किंवा स्तनांचा कर्करोग होणे असे धोके उद्भवू शकतात. हार्मोन रिप्लेसमेंट थेरपीचे फायदे आणि जोखीम याबद्दल आणि तिची सुरक्षित निवड याबाबत तज्ज्ञ डॉक्टरांना विचारपूर्वक निर्णय घ्यावा लागतो.

■ योनिमार्गासाठी इस्ट्रोजेन

योनिमार्गातील कोरडेपणा दूर करण्यासाठी, योनिमार्गामध्ये क्रीम, टॅबलेट किंवा रिंग यांच्याद्वारे इस्ट्रोजेन सोडले जाते. अशा उपचारात इस्ट्रोजेन अगदी अल्पप्रमाणात वापरले जाते. ते योनिमार्गाच्या ऊतींद्वारे शोषले जाते. या उपचाराने योनीतील कोरडेपणा, संभोगामध्ये होणारी अस्वस्थता आणि मूत्रमार्गाबाबतची काही लक्षणे दूर होऊ शकतात.

■ सौम्य मात्रेतील नैराश्यावरील औषधे

सेलेक्टिव्ह सेरोटोनिन रीप्टेक इनहिबिटर (एसएसआरआय) या औषधवर्गाशी संबंधित नैराश्यावरील औषधे (ॲण्टिडिप्रेसन्ट्स) हॉट फ्लशेस कमी करू शकतात. अतिशय कमी मात्रेतील ॲण्टिडिप्रेसन्ट्स या

त्रासाच्या नियमनासाठी उपयुक्त असू शकते. जे आरोग्याच्या कारणांमुळे इस्ट्रोजेन घेऊ शकत नाहीत किंवा ज्या मुलींना मूड डिसॉर्डर्स असतात, अशांना ॲण्टिडिप्रेसन्ट्स उपयुक्त ठरू शकतात.

- **गॅबापेंटिन**

हे खरे तर अपस्माराचे औषध आहे. पण, इस्ट्रोजेनचा वापर ज्या स्त्रियांमध्ये करता येत नाही अशांना हे उपयुक्त ठरते. रात्रीच्या वेळी हॉट फ्लशेस येत असतील त्यांना तर हे नक्की वापरावे.

- **क्लोनिडीन**

हे उच्च रक्तदाबासाठी वापरले जाणारे औषध आहे. हे गोळीच्या किंवा पॅचच्या स्वरूपात वापरता येते. यामुळेही हॉट फ्लशेसपासून आराम मिळतो.

- **ऑस्टिओपोरोसिस रोखण्यासाठी किंवा उपचार करण्यासाठी औषधे**

यामध्ये ड जीवनसत्त्व, कॅल्शिअम,ॲलेन्ड्रोनेट, रिसेड्रोनेट, रॅलॉक्सिफिन अशी औषधे वापरावी लागतात. याशिवाय, इस्ट्रोजेनदेखील वापरले जाते. ऑस्टिओपोरोसिस रोखण्यासाठी आणि हाडे मजबूत करण्यासाठी कॅल्शिअम आणि ड जीवनसत्त्व असलेला आहार आवश्यक असतो. त्याचबरोबर हाडे मजबूत व्हावी यासाठी काही विशेष व्यायाम करावे लागतात.

कोणत्याही प्रकारच्या उपचारांचा निर्णय घेण्यापूर्वी, विविध पर्यायांबद्दल आणि त्यातील प्रत्येकामध्ये असलेल्या फायद्यांबाबत आणि तोट्यांबाबत रुग्णांनी डॉक्टरांशी संवाद साधणे खूप महत्त्वाचे असते. या पर्यायांचे वार्षिक पुनरावलोकनदेखील करणे आवश्यक ठरते.

रजोनिवृत्ती आणि घरगुती उपचार

सुदैवाने रजोनिवृत्तीशी संबंधित अनेक चिन्हे आणि लक्षणे काही काळापुरती आणि तात्पुरती असतात. त्यांचा त्रास कमी करण्यात किंवा प्रतिबंधित करण्यासाठी पुढील गोष्टी अनुसराव्यात :

- **हॉट फ्लशेस**

अनेकदा गरम पेये, चहा-कॉफीसारखी सर्वसाधारण उत्तेजक पेये, मसालेदार पदार्थ, मद्य, तणाव, उष्ण हवामान, खूप उबदार खोली अशा गोष्टींमुळे हॉट फ्लशेसना सुरुवात होते. त्या टाळण्याकरिता –

- पातळ आणि सैल कपडे वापरावेत.
- थंड पाणी प्यावे किंवा थंड खोलीत राहावे.
- ज्या गोष्टींमुळे हॉट फ्लशेस सुरू होतात, त्या टाळाव्यात.

- **योनिमार्गाचा त्रास**

हा त्रास टाळण्यासाठी काही विशिष्ट पाण्याचा वापर केलेली (वॉटर बेस्ड) जेली, ल्युब्रीकंट्स किंवा सिलिकॉन-आधारित ल्युब्रीकंट्स, मॉइश्चरायझर्स वापरावेत. अनेकदा ग्लिसरीन नसलेले उत्पादन वापरणे योग्य ठरते. कारण बऱ्याच स्त्रिया रासायनिक पदार्थांना संवेदनशील असतात, त्यामुळे अशा उपचारांत त्यांना योनिमार्गात जळजळ होणे, सतत चिडचिड होणे असे त्रास होऊ शकतात. लैंगिकरीत्या सक्रिय असलेल्या स्त्रियांमध्ये योनीतील रक्तप्रवाह वाढल्याने योनिमार्गातील अस्वस्थता वाढते.

- पुरेशी झोप घ्यावी.
- चहा, कॉफी, उत्तेजक कोला पेये, मद्यपान टाळावे.
- साधा; पण नियमित व्यायाम करावा. काही स्त्रियांमध्ये झोपण्यापूर्वी सायंकाळी फिरून येणे उपयुक्त ठरू शकते. हृदयरोग, मधुमेह, ऑस्टिओपोरोसिस आणि वृद्धत्वाशी संबंधित इतर परिस्थितींपासून बचाव करण्यासाठी नियमित शारीरिक क्रियाकलाप किंवा व्यायाम करणे गरजेचे असते.
- **रिलॅक्सेशन तंत्रे :** दीर्घ श्वसन, वेगाने श्वास घेणे, मेडीटेशन, दमसास, मालिश अशा घरगुती उपचारांचा वापर मर्यादित प्रमाणात केल्याने रजोनिवृत्तीच्या लक्षणांमध्ये उपयोग होऊ शकतो.
- ओटीपोटाचे, मूत्रमार्गाचे त्रास टाळायला ओटीपोटाच्या स्नायूंचे काही विशेष व्यायाम (केगेल एक्झरसाईझेस) उपयुक्त ठरतात.
- **संतुलित आहार :** विविध फळे, भाज्या आणि कडधान्ये, टरफलासकट असलेली तृणधान्ये आहारात असावीत. चरबी, तेल आणि साखर मर्यादित करावी. आहारात शरीराच्या रोजच्या गरजेप्रमाणे कॅल्शिअम किंवा ड जीवनसत्त्व असावे. याबाबत प्रमाणित आहारतज्ज्ञांचा सल्ला घ्यावा.
- **धूम्रपान टाळावे :** धूम्रपानामुळे हृदयरोग, स्ट्रोक, ऑस्टिओपोरोसिस, कर्करोग आणि आरोग्याच्या इतर अनेक समस्या निर्माण होऊ शकतात. हॉट फ्लशेस वाढतात. रजोनिवृत्ती लवकर येऊ शकते.

रजोनिवृत्ती ही स्त्रियांच्या आयुष्यातील संध्याकाळ असते. या महत्त्वाच्या टप्प्यांची जाणीव करून घेऊन त्याप्रमाणे जीवनशैली बदलली तर ही संध्याकाळ जास्त आनंददायी आणि संस्मरणीय बनू शकते.

❑❑❑

स्त्रियांमधील कर्करोग

कर्करोग हा पेशींच्या अनियंत्रित विभाजनामुळे उद्भवणारा एक रोग असतो. या रोगामुळे शरीरातील निरोगी पेशीसमूहांचा नाश होऊन रुग्णाच्या जिवाला धोका निर्माण होतो. कर्करोग शरीराच्या कोणत्याही भागात होऊ शकतो आणि इतर भागातही तो पसरू शकतो. कर्करोगाचे सुमारे शंभरापेक्षा अधिक प्रकार वैद्यकीय शास्त्राला माहीत झाले आहेत. वाढत्या वयानुसार कर्करोग होण्याची शक्यता वाढते. मध्यमवयीन आणि प्रौढवयीन लोकांमध्ये हा रोग होण्याचे प्रमाण अधिक असते.

इ.स. २०२०मध्ये दर एक लाख लोकांमधील ७९ व्यक्ती कर्करोगाने मृत्यू पावल्या. जगभर मृत्युमुखी पडलेल्या एकूण लोकांपैकी सुमारे १३ टक्के लोक कर्करोगाने मरण पावले होते. कर्करोगाच्या जगाच्या एकुणातल्या रुग्णांपैकी ६ टक्के रुग्ण भारतात आहेत. स्त्री-पुरुषांमध्ये कर्करोग होण्याचे प्रमाण जवळपास सारखेच आढळते.

समाजातील रूढी, परंपरा, अंधश्रद्धा, वैद्यकीय सुविधांचा अभाव व वैयक्तिक आरोग्याकडे दुर्लक्ष इत्यादी कारणांमुळे महिला आरोग्यदृष्ट्या जोखीम गटात मोडतात. स्त्रियांमधील कर्करोग ही एक सार्वजनिक आरोग्याची समस्या बनली आहे.

सर्वसामान्य कर्करोग

कर्करोग हा शंभराहून अधिक भिन्न आणि स्पष्ट रोगांचा एक गट आहे. कर्करोगाची सामान्य लक्षणे म्हणजे थकवा, अकारण वजन कमी होणे, सतत ताप येणे, मलविसर्जन प्रक्रियेत बदल होणे, असामान्य रक्तस्राव किंवा स्राव घट्ट होणे किंवा गुठळ्या होणे.

भारतीय स्त्रियांमधील सर्वसामान्य कर्करोगात गर्भाशयाच्या मुखाचा कर्करोग, स्तनांचा कर्करोग, आणि तोंडाच्या पोकळीतल्या अवयवांचा म्हणजे जबडा, जीभ, हिरड्या, घसा यांच्या कर्करोगांचा समावेश होतो.

■ गर्भाशयाच्या मुखाचा कर्करोग

भारतीय स्त्रियांमध्ये आढळून येणाऱ्या कर्करोगात गर्भाशयाच्या मुखाच्या कर्करोगाचा (सर्व्हायकल कॅन्सर) पहिला क्रमांक लागतो. या आजाराच्या जागतिक स्तरावरील आकडेवारीत भारतीय महिलांमध्ये हा दुपटीने जास्त आढळतो. आरोग्य साक्षरतेचा - सर्वसाधारण माहितीचा अभाव आणि स्त्रीसुलभ संकोच यामुळे या आजाराचे निदान आणि उपचार सुरुवातीच्या टप्प्यात सुरू होत नाहीत. परिणामतः सर्व्हायकल कॅन्सरग्रस्त महिलांच्या मृत्यूचे प्रमाणही खूप जास्त आहे.

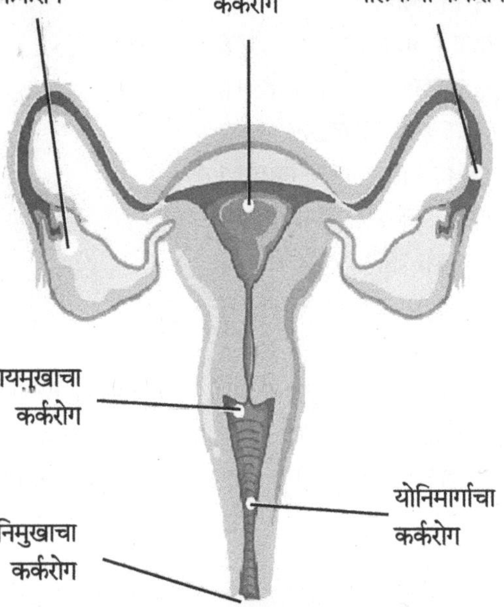

बालवयात मुलींचे लग्न होणे, शरीरसंबंधाला लवकर सुरुवात होणे, वरचेवर गर्भधारणा, अनेकवार प्रसूती, अनेक व्यक्तींशी शरीरसंबंध, योनिमार्गातून एचपीव्ही (ह्यूमन पापिलोमा व्हायरस) विषाणूंचा संसर्ग या कारणांमुळे हा जीवघेणा कर्करोग होतो. वयाच्या विशीनंतर लग्न होणे, दोन मुलांमध्ये अंतर ठेवणे, जास्तीत जास्त दोन मुले होऊ देणे आणि सुरक्षित लैंगिक संबंध ठेवणे यामुळे या आजाराचा प्रतिबंध करता येतो.

वयात येणाऱ्या मुलींना प्रथम शरीरसंबंधाआधी एचपीव्हीची लस दिल्यास या आजाराचे प्रमाण लक्षणीयरीत्या घटू शकेल. त्याचप्रमाणे स्त्रियांची नियमित शारीरिक तपासणी, गर्भाशयातील द्रावाची पॅप स्मीअर, कॉल्पोस्कोपी या तपासण्या केल्यास या आजाराचे सुरुवातीच्या काळात निदान होऊन तो पूर्ण बरा करता येतो.

■ स्तनांचा कर्करोग

स्त्रियांमध्ये जागतिक पातळीवर हा प्रथम क्रमांकाचा कर्करोग आहे. मात्र, आपल्या देशात सर्व्हायकल कॅन्सरखालोखाल स्तनांच्या कर्करोगाचा क्रमांक लागतो. आपल्या देशातही आजमितीला स्तनांच्या कर्करोगाचे प्रमाण वाढत चालले आहे. काही वर्षांपूर्वी चाळिशी-पन्नाशीत आढळणारा हा आजार आज विशी-तिशीतल्या तरुण महिलांत वाढत चालल्याचे आकडेवारीनुसार दिसून येते आहे.

ज्या मुलींना पाळी लवकर सुरू होते, ज्यांची रजोनिवृत्ती उशिरा होते, ज्यांनी मुलांना स्तनपान दिलेले नाही, ज्या स्त्रियांना मुले झालेली नाहीत, अशा स्त्रियांना स्तनांचा कर्करोग होण्याची शक्यता जास्त असते. धूम्रपान, मद्यपान, हार्मोन रिप्लेसमेंट घेणाऱ्या स्त्रियांमध्ये हा कर्करोग होण्याची संख्या जास्त असते. ज्या स्त्रियांच्या रक्ताच्या नात्यात म्हणजे आई, मुली, बहिणी, मावशी यांना स्तनांचा कर्करोग झाला असेल

त्यांनासुद्धा हा धोका संभवतो. या महिलांनी नियमित तपासणी करून घेणे आवश्यक आहे.

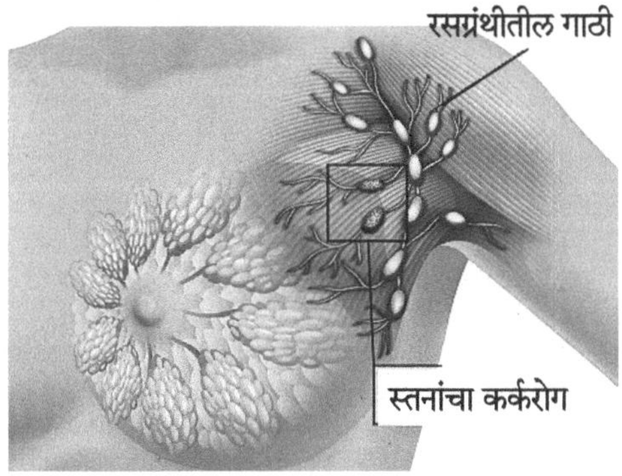

स्तनांचा कर्करोग

स्त्रियांमधील स्तनांचा कर्करोग हा एक स्तनांच्या ग्रंथींमध्ये तयार होणारा कर्करोग आहे. या आजाराचे प्रमाण दिवसेंदिवस वाढते आहे. स्त्रियांच्या कर्करोगामध्ये स्तनांच्या कर्करोगाने पीडित स्त्रियांची संख्या २५ ते ३२ टक्के आहे. ३५ ते ४५ वर्षे वयोगटात या कर्करोगाचे प्रमाण ४० टक्के आहे. आजमितीला शहरातल्या स्त्रियांपेक्षा ग्रामीण भागातील स्त्रियांमध्ये याचे प्रमाण जास्त आढळून येऊ लागले आहे.

स्त्रियांमधील वाढते वैवाहिक वय, मुले न होणे, त्याचप्रमाणे मुलांना स्तनपान कमी काळ किंवा अजिबात न करणे ही कारणे आढळून येतात. या कर्करोगात आनुवंशिकतादेखील मोठ्या प्रमाणात आढळते. ज्या स्त्रियांच्या रक्ताच्या नात्याच्या स्त्रियांमध्ये स्तनाच्या कर्करोगाचा इतिहास आहे, अशांमध्ये हा होण्याची शक्यता जास्त आढळते.

सर्वसामान्य लक्षणे

- स्तनांच्या आकारामध्ये बदल होणे
- बोंड आत ओढले जाणे किंवा त्याची जागा किंवा आकार बदलणे
- बोंडावर किंवा त्याभोवती पुरळ येणे
- एक किंवा दोन्ही बोंडांमधून पाण्यासारखा किंवा रक्तासारखा स्राव येणे
- स्तनांची त्वचा खडबडीत होणे किंवा खळ्या पडणे. यामध्ये स्तनावरील त्वचा संत्र्याच्या वरील पृष्ठभागाप्रमाणे दिसते.
- स्तनांमध्ये गाठ किंवा जाड होणे

या आजारात होणाऱ्या स्तनाच्या गाठी सुरुवातीला दुखत नाहीत, त्यामुळे याकडे हमखास दुर्लक्ष होते. कर्करोग वाढल्यानंतर स्तनात किंवा काखेत सतत वेदना होऊन आजाराचे निदान करण्याची धावपळ केली जाते.

रोगनिदान

स्त्रिया स्वत:च्या स्तनांची स्वत:च्याच हातांनी तपासणी करून, गाठ असेल तर कुठे व कशी आहे, गाठ वाढते आहे का, हे पाहू शकतात. गाठ जाणवली तर डॉक्टरांकडून मॅमोग्राफी किंवा स्तनांची सोनोग्राफी करून खात्री करता येते; तसेच स्कॅनिंग करूनही खात्री करता येते. त्याचप्रमाणे रक्ताच्या काही तपासण्या (ट्यूमर मार्कर टेस्ट्स) करून याबद्दल खात्री करून घेता येते.

स्तनाच्या कर्करोगाची शंका आल्यास निदान पक्के करण्यासाठी बायॉप्सी, म्हणजे स्तनाच्या गाठीचा तुकडा छोट्या शस्त्रक्रियेने काढून त्याची हिस्टोपॅथॉलॉजी तपासणी म्हणजे सूक्ष्मदर्शकाखाली तपासणी केली जाते. कर्करोगाची खात्री पटल्यावर संपूर्ण गाठ काढून टाकली जाते.

स्तनाच्या कर्करोगाचे वर्गीकरण

- **स्तर ० :** कर्करोगपूर्व स्थिती, मार्कर तपासण्या सकारात्मक, दुग्धवाहिन्यांमध्ये किंवा इतरत्र गाठ
- **स्तर १ ते ३ :** कर्करोगाची गाठ स्तनात किंवा लसिकांमध्ये
- **स्तर ४ :** कर्करोग शरीरात इतरत्र दूरस्थ पसरलेला

उपचार

स्तनाच्या कर्करोगाचा उपचार रोगाचा स्तर व प्रसार यावर अवलंबून राहतो. यामध्ये शस्त्रक्रिया, केमोथेरपी व रेडिएशन म्हणजेच किरणोत्सर्गाच्या साहाय्याने उपचार केले जातात.

- **स्तर ० व १ :** कर्करोगपूर्व स्थितीमध्ये स्तनातील गाठ पूर्णपणे काढण्याची शस्त्रक्रिया केली जाते. त्यानंतर केमोथेरपी औषधांच्या साहाय्याने प्रसाराला अटकाव करण्याचा प्रयत्न केला जातो.
- **स्तर २ ते ३ :** कर्करोगाची गाठ काढण्याची शस्त्रक्रिया केली जाते. नंतर केमोथेरपी औषधे देऊन आजार रोखण्याचा प्रयत्न केला जातो. मात्र, यात रोग पुन्हा उद्भवण्याची दाट शक्यता असते.
- **स्तर ४ :** कर्करोग इतरत्र पसरलेला असल्याने रुग्णाचा आजार पूर्ण बरा होणे दुष्प्राप्य असते. शस्त्रक्रिया, किरणोत्सर्गाचा वापर व केमोथेरपी यांच्या एकत्रित वापराचा प्रयत्न केला जातो.

स्तनाच्या कर्करोगासाठी ऑपरेशन केल्यानंतर प्रकृती पुन्हा पहिल्यासारखी होण्यासाठी लागणारा वेळ प्रत्येक स्त्रीसाठी कमीजास्त असू शकतो. ऑपरेशननंतर होणारे शारीरिक आणि भावनिक बदल ही एक महत्त्वाची गोष्ट असते. पुढील काही लक्षणे कर्करोगाच्या ऑपरेशननंतर स्त्रियांमध्ये सर्वसाधारणपणे दिसू शकतात :

(१) चिंता (२) भय (३) नैराश्य (४) स्वत:बद्दल कमीपणा (५) लैंगिक संबंधाबद्दल अनिच्छा

ऑपरेशननंतर रुग्ण स्त्रीने आपली मन:स्थिती भयमुक्त करणे अत्यंत महत्त्वाचे असते. त्याकरिता आपले डॉक्टर, जवळचे नातलग, मित्रपरिवार यांच्याकडून मदत मिळवावी. तसेच ऑपरेशननंतर दर वर्षी नियमित चाचण्या करून घेणेही महत्त्वाचे असते.

■ गर्भाशयाच्या मुखाचा कर्करोग

गर्भाशयमुखाचा कर्करोग भारतीय स्त्रियांमध्ये क्रमांक दोनचा कर्करोग आहे. साधारणपणे ३५ ते ४५ वर्षे वयोगटात हा कर्करोग जास्त आढळतो. गर्भाशयाच्या उभट पिशवीचे लांबट तोंड योनिमार्गात उघडते. स्त्रियांची अंतर्गत तपासणी करताना स्त्रीरोगतज्ज्ञ गर्भाशयाच्या मुखाला बोटांनी स्पर्श करू शकतात. त्यामुळे हा कर्करोग लवकर शोधता येतो आणि योग्य उपचारांनी तो बराही होऊ शकतो. हा कर्करोग लैंगिक संसर्गामुळे आणि जास्त बाळंतपणांमुळे होतो. यासाठी एक प्रतिबंधक लसही आता उपलब्ध झाली आहे.

कारणे

- या कर्करोगात ह्युमन पॅपिलोमा व्हायरस ९५ टक्के रुग्णांत कारणीभूत ठरतो.
- लग्न अल्पवयात होणे, कमी वयात प्रसूती होणे, बाळंतपणे जास्त होणे
- लिंगसांसर्गिक आजारांची लागण झाल्यास कर्करोगाचा धोका वाढतो.
- अनेक लैंगिक जोडीदार असणे

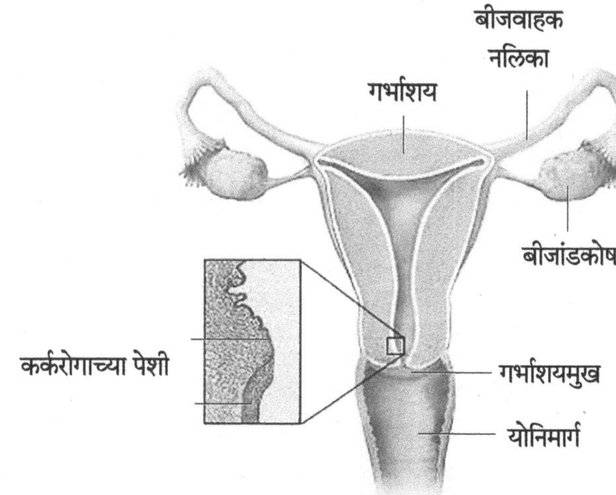

गर्भाशयमुखाचा कर्करोग

- पुरुष जोडीदाराच्या शिश्नाच्या त्वचेखाली असलेल्या पांढऱ्या घट्ट पदार्थात एचपीव्ही विषाणू आढळतात. सुन्ता केल्याने ही त्वचा आणि चिकटा जातो. त्यामुळे मुस्लीम स्त्रियांना या कर्करोगाचा धोका कमी असतो.

लक्षणे

- समागमानंतर रक्तस्राव. रक्तस्राव हे सर्वात महत्त्वाचे लक्षण. मासिक पाळी सोडून अधेमधे किंवा लैंगिक संबंधानंतर रक्तस्राव हे सूचक असते.
- दोन पाळीच्या दरम्यान रक्तस्राव
- दीर्घकालीन श्वेतपदर
- अति प्रमाणात अंगावरून जाणे
- पोट दुखणे
- ओटीपोटाच्या खालील भागात वेदना
- रजोनिवृत्तीनंतर योनिमार्गे रक्तस्राव होणे, योनिमार्गातून लालसर पिवळसर दुर्गंधयुक्त स्राव येणे.
- या कर्करोगात वेदना होत नाहीत; पण जंतुसंसर्ग होऊन पू झाल्यास वेदनाही होतात.

रोगनिदान

- **पॅप स्मीअर तपासणी :** यात गर्भाशयमुखावरचा पेशी नमुना सूक्ष्मदर्शकाखाली तपासतात. यात पेशींमध्ये कर्करोगसूचक बदल दिसतात. ही तपासणी स्वस्त असून ८० टक्के अचूक असते. शिबिरे भरवून ही तपासणी मोठ्या प्रमाणावर करता येते. या तपासणीनंतर पुढचे उपचार करायला भरपूर अवधीही मिळतो. पॅप तपासणीने कर्करोगसूचक बदल चार पायऱ्यांमध्ये ओळखता येतात. रजोनिवृत्तीनंतर पॅप तपासणी थोडी कमी भरवशाची असते. मात्र स्त्री-संप्रेरके देऊन ती जास्त भरवशाची करता येते.

- **ॲसिटोव्हाईट :** यात गर्भाशयमुखाला ५ टक्के ॲसेटिक आम्ल लावून बदल पाहिल्यास कर्करोगसूचक भाग पांढरट दिसतो.
- **शिलर्स आयोडीन तपासणी :** यात निरोगी भाग निळसर दिसतो. या कोणत्याही तपासणीत कर्करोग सूचना मिळाली तर तेवढा भाग काढून सूक्ष्मदर्शक तपासणीसाठी पाठवता येतो.

योनिमार्गाच्या साध्या स्पेक्युलम तपासणीतही गर्भाशयमुखावर गाठी किंवा खरबरीत मोड दिसू शकतात. ह्युमन पॅपिलोमा व्हायरससाठी ट्यूमर मार्कर आणि डीएनए या प्रगत तपासण्या आहेत. गर्भाशयमुखाचा कर्करोग किती पसरला आहे हे कळण्यासाठी सिटी स्कॅन, एमआरआय आणि पीईटी तपासण्या केल्या जातात.

वैद्यकीय उपचार

कर्करोगसूचक बदल असतील तर त्या-त्या पायरीप्रमाणे योग्य उपचार करावे लागतात. आजार मर्यादित असेल तर तेवढा भाग नष्ट करण्यासाठी कॉटरी, क्रायोसर्जरी, लेझर तंत्र वापरले जाते. कॉटरी म्हणजे तेथील पेशी जाळणे. क्रायोसर्जरी म्हणजे अतिशीत तंत्राने त्या गोठवणे. लेझरने त्या पेशी उकळतात, वाफळतात व फुटतात. गर्भाशयमुख शस्त्रक्रियेने काढून टाकता येते. यासाठी विविध तंत्रे आहेत. आजार वाढला असेल तर पूर्ण गर्भाशय काढावे लागते.

प्रतिबंधक उपाय

योग्य वयात लग्न, कमी अपत्ये, लैंगिक सुरक्षित व्यवहार, स्वच्छता यामुळे या कर्करोगाची शक्यता कमी होते. पॅप टेस्टने प्रगत देशांमध्ये या आजाराचे प्रमाण खूप घटले आहे. ही तपासणी सर्व स्त्रीरोगतज्ज्ञ करू शकतात. ॲसेटिक आम्ल किंवा शिलर्स तपासणी आरोग्यसेवकही करू शकतात. ह्युमन पॅपिलोमा व्हायरसची (एचपीव्ही) लसही आता उपलब्ध आहे. यामुळे हा कर्करोग आणि विषाणू कोंब हा आजार टळतो. ही लस मुलींना किशोरवयातच दिली पाहिजे. एकूण सहा महिन्यांच्या कालावधीत याचे तीन डोस द्यायचे असतात.

■ तोंडाचा कर्करोग

भारतात तोंडाच्या कर्करोगाचे प्रमाण जास्त आहे. यात पुरुषांप्रमाणे स्त्रियांचाही भरणा जास्त आहे. तोंडाचा कर्करोग हा डोके आणि मान या विभागातल्या कर्करोगाचा एक प्रकार आहे. तोंडाच्या पोकळीतील हिरड्या, ओठ, गालांच्या आतील अस्तर आणि जिभेवर हा आढळतो. यामध्ये घशाच्या भागातला म्हणजे टॉन्सिल्स, मऊ टाळू, जिभेच्या मागील भागाचा एक भाग आणि घशाच्या मागील आणि बाजूच्या आवरणांचा समावेश असतो. हा ऑरोफॅरींजियल कर्करोग म्हणूनही ओळखले जाते.

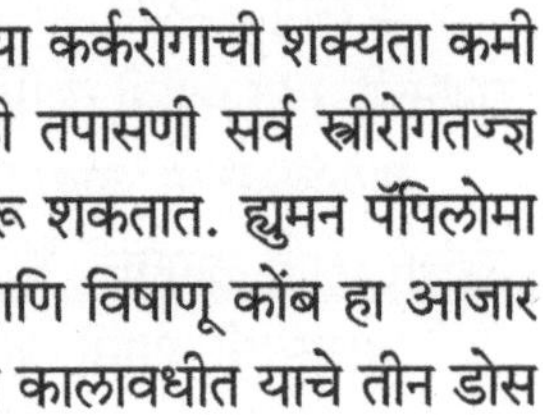

तोंडाचा कर्करोग

लक्षणे

- ➲ तोंडाच्या पोकळीमध्ये दीर्घ काळ पांढरा / लाल चट्टा असणे
- ➲ तोंडाच्या पोकळीमध्ये जखम / व्रण / खडबडीत भाग, विशेषतः एक महिन्याहून अधिक काळ राहून बरा न होणे

- तोंडातील लाळ फिकट पडणे
- मसालेदार अन्न खाण्यास अवघड जाणे
- तोंड उघडण्यास किंवा 'आ' वासणे अवघड जाणे
- जीभ बाहेर काढण्यास अवघड जाणे
- आवाजामध्ये बदल (किनरा आवाज)
- अति प्रमाणात लाळ सुटणे
- चावणे / गिळणे / बोलणे अवघड जाणे

प्रमुख कारणे

तोंडाची अस्वच्छता, अतिप्रमाणात तंबाखू, गुटखा, मिश्री यांचे सेवन, मद्यपान अशी कारणे आढळून येतात.

जखमेची 'बायोप्सी' आणि इतर चाचण्यांच्या योगे मुखाच्या कर्करोगाचे निदान केले जाते. निदान नक्की झाल्यावर सिटी स्कॅनद्वारे कॅन्सरचा आकार आणि त्याची व्याप्ती निश्चित केली जाते.

सामान्यपणे शस्त्रक्रिया करून कर्करोग काढून टाकण्यालाच प्राधान्य दिले जाते. शस्त्रक्रिया करून जबड्याची हाडे आणि गालांमधील कर्करोग समूळ नष्ट केला जातो. मानेमध्ये गाठी निर्माण झाल्या असतील, तर त्यासुद्धा पहिल्याच टप्प्यात काढून टाकल्या जातात. उपचारातील शस्त्रक्रियेचा हा भाग कॅन्सरतज्ज्ञ सर्जन पूर्ण करतात.

दुसऱ्या टप्प्यात जबडा आणि हाडे, तसेच गाल एकमेकांशी जुळवावे लागतात. यासाठी प्लास्टिक सर्जनची मदत घ्यावी लागते.

शस्त्रक्रियेच्या जखमा कोरड्या झाल्यावर कर्करोगाचे विषाणू पुन्हा शरीरात पसरू नयेत, यासाठी उपचार घ्यावे लागतात. रेडिओथेरपी अथवा किमोथेरपीद्वारे हे उपचार केले जातात.

आजाराची व्याप्ती आणि खोली यावर उपचारांचे भवितव्य अवलंबून असते. सुरुवातीलाच जखमेवर उपचार केले गेले तर कर्करोग पूर्णपणे बरा होण्याची शक्यता ८० टक्के किंवा त्याहून अधिक असते. परंतु प्रसार अधिक झाला असेल, तर एक-तृतीयांश रुग्णसुद्धा पाच वर्षांपेक्षा अधिक काळ जगू शकत नाहीत. त्यामुळे आजाराच्या सुरुवातीलाच डॉक्टरांचा सल्ला घेऊन त्यानुसार उपचार करणे आवश्यक असते.

गुटखा किंवा तंबाखूचे सेवन करणाऱ्यांनी कर्करोगाचा इशारा देणारे तोंडातील लाल अथवा पांढरे डाग तसेच फोडांकडे दुर्लक्ष करू नये. इशारा मिळण्यापूर्वीच तंबाखू खाण्याची सवय सोडून दिल्यास कर्करोग टाळता येऊ शकतो.

❑❑❑

स्त्रियांमधील मनोविकार

स्त्रियांचे भावनांशी, सुखदु:खाशी असलेले दृढ नाते सर्वांना चांगलेच ज्ञात असते. तिच्या आयुष्यातील शारीरिक, कौटुंबिक तसेच सामाजिक चढउतार आणि आजच्या जीवनशैलीत सारे काही प्रगतशील होऊनही तिच्या वाटेला येणारी युगायुगांची अवहेलना या साऱ्याचा परिणाम तिच्या मानसिकतेवर आजही होतोच आहे. जीवनाच्या सर्व क्षेत्रात प्रगती करूनही आणि आर्थिकदृष्ट्या सक्षम होऊनही तिच्या मानसिकतेला स्थैर्य प्राप्त होताना दिसत नाही. याची परिणती स्त्रियांच्या मानसिक आरोग्यावर नवनव्या पद्धतीने होताना दिसते.

मानसिक आरोग्य म्हणजे शेवटी काय असते? जागतिक आरोग्य संघटनेने केलेली मानसिक आरोग्याची व्याख्या पाहू गेल्यास 'मानसिक आरोग्य म्हणजे अशी स्वास्थ्यस्थिती असते, की ज्यामध्ये प्रत्येक व्यक्ती स्वत:ची क्षमता ओळखून जीवनातल्या प्रश्नांना, जबाबदाऱ्यांना पूर्णपणे सामोरी जाईल, दैनंदिन जीवनातील ताणतणावांचा सामना करू शकेल, उत्पादनक्षम आणि सकारात्मकरीत्या कार्यरत राहून समाजाप्रति योगदान देऊ शकेल.' या समर्पक व्याख्येत व्यक्तीच्या जीवनातले मानसिक स्वास्थ्याचे अविभाज्य अस्तित्व, त्याचा सखोल व दूरगामी प्रभाव, तसेच सामाजिक योगदानाची सक्षमता यांचा समावेश आहे.

जागतिक आरोग्य संघटनेने केलेल्या सर्वंकष आरोग्याच्या व्याख्येत शारीरिक आरोग्यासमवेत मानसिक आरोग्याचाही समावेश केलेला आहे.

जागतिक अहवाल

स्त्रियांच्या मानसिक आरोग्याबाबत २००१मध्ये जागतिक आरोग्य संघटनेने एक महत्त्वपूर्ण अहवाल प्रसिद्ध केला होता. त्यात –

१. जगातील नैराश्यग्रस्त व्यक्तींमध्ये आणि मानसिक आजारांमध्ये स्त्रियांचे प्रमाण ४१.९ टक्के आहे, तर पुरुषांचे २९.३ टक्के आहे.

२. ज्येष्ठ नागरिकांमध्ये नैराश्य, स्मृतिभ्रंश, मेंदूचे शारीरिक आजार यांचे प्रमाण जास्त असते. त्यात प्रामुख्याने स्त्रियांची संख्या जास्त असते.

३. जगभरात हिंसक दंगली, विविध देशांतील युद्धे, अंतर्गत यादवी, नैसर्गिक आणि इतर प्रकारच्या आपत्ती, निर्वासितांचे स्थलांतर अशा अनेक घटनांचा परिणाम होणाऱ्यांत, स्त्रिया आणि लहान मुले यांचा समावेश ८० टक्के असतो. ही संख्या जवळपास पाच कोटी आहे.

४. केवळ स्त्रियांवर होणाऱ्या हिंसाचाराचे प्रमाण जगभरात १६ ते ५० टक्क्यांपर्यंत जाते.

५. जगातील दर पाच स्त्रियांपैकी एकीला तरी बलात्कार अथवा बलात्काराच्या आक्रमणाला सामोरे जावे लागते.

६. स्त्रियांच्या मानसिक विकारांमागे त्यांना संसारासाठी कराव्या लागणाऱ्या विविध भूमिका, लिंगभेदात्मक वागणूक, दारिद्र्य, भूक, कुपोषण, अतिश्रम, घरगुती हिंसाचार, लैंगिक शोषण या साऱ्यांचा वैयक्तिक तसेच एकत्रित परिणाम असतो.

७. जगातील बहुसंख्य देशांत आरोग्य कर्मचारी आणि महिला रुग्णांमधील संवाद स्त्रियांच्या बाबतीत एककल्लीपणे घडत असतो. त्यामध्ये बहुतेक वेळेस स्त्रियांच्या दृष्टीने त्यांच्या मानसिक आणि भावनिक त्रासाला वाचा फोडणे अशक्य असते; आणि तसे केल्यास त्यांच्यावरच त्याचा ठपका ठेवला जाण्याची शक्यता जास्त असते.

स्त्रियांवरील अत्याचार दिवसेंदिवस वाढत आहेत. ते घरात होतात, रस्त्यावर होतात, नवऱ्याकडून किंवा परपुरुषाकडून होतात, समाजकंटकांकडून तर होतातच; पण कायद्याच्या रक्षकांकडून आणि नेते मंडळींकडूनही होत असतात. साहजिकच, अशा अशाश्वत वातावरणात स्त्रियांच्या मानसिक आरोग्याचा बळी पडला तर नवल नव्हे. आजमितीला मानसिक चिकित्सकांकडे येणाऱ्या स्त्रियांचे प्रमाण नक्कीच वाढलेले आहे.

नैसर्गिक शारीरिक कारणे

स्त्रियांच्या मानसिक आरोग्यावर त्यांच्या मासिक पाळीचा परिणाम लक्षणीय असतो. किशोरींना पाळी येणे, तारुण्यातील पाळीचे प्रश्न आणि उतारवयात पाळी बंद झाल्यावर येणारी रजोनिवृत्ती या साऱ्यांचा मानसिक आरोग्यावर काहीना काही परिणाम सतत आणि निश्चितपणे होत असतो.

तारुण्यात पदार्पण केलेल्या युवतीला मासिक पाळीदरम्यान अनेक मानसिक तणावांना सामोरे जावे लागते. अगदी नियमितपणे मासिक पाळी येणाऱ्या ७५ टक्के स्त्रियांमध्येदेखील पाळीच्या दरम्यान त्रासदायक शारीरिक आणि मानसिक लक्षणे उद्‌भवतात. यालाच प्रीमेन्स्टुअल सिंड्रोम (मासिक पाळीपूर्व विकार) म्हणतात. जगातील विविध भागांतील ३० ते ८० टक्के स्त्रिया याने पीडित आहेत.

मासिक पाळीपूर्व विकाराची मानसिक लक्षणे पाहता त्यात नैराश्य, क्रोध, चिडचिडेपणा, चिंता, नकारभावना, जिकिरीस आल्याची भावना, सर्व गोष्टींपासून दूर व्हावे अशी भावना यांचा समावेश होतो; तर शारीरिक लक्षणांमध्ये सतत दमल्यासारखे वाटणे, झोप नीट न लागणे, सतत काहीतरी खाण्याची वासना होणे, पोटात गुबारा धरल्यासारखे वाटणे, स्तनांत वेदना होणे, डोके दुखणे, हातपाय आणि अंग दुखणे, हातापायांवर सूज जाणवणे यांचा समावेश असतो.

प्री-मेन्स्टुअल डिसफोरिक डिसॉर्डर (पीएमडीडी)

पाळीच्या दरम्यान स्त्रियांना होणाऱ्या त्रासाचा हा एक अधिक गंभीर प्रकार आहे. साधारणपणे प्रजनन वयातील ३ ते ८ टक्के स्त्रियांमध्ये हा विकार आढळून येतो. याच्या लक्षणात कमालीची आणि तीव्र चिडचिड, औदासीन्य, चिंता, मनाचे मूड्स सतत बदलत राहणे असे दिसून येते.

पीएमडीडीचे निदान करण्यासाठी त्या स्त्रीला उद्‌भवणाऱ्या लक्षणांचा कॅलेंडरसारखा तक्ता पुन्हा पाळी येईपर्यंत बनवला जातो. यामध्ये हातापायांना पेटके येणे, डोकेदुखी किंवा वजन वाढणे अशा लक्षणांचाही

समावेश करावा लागतो. पीएमडीडी असलेल्या महिलेला काही दिवस नक्की लक्षणमुक्त असतात. तिच्या त्रासाच्या कालावधीची सुरुवात ओव्ह्युलेशन होण्याच्या तारखेशी संबंधित असते.

पीएमएस आणि पीएमडीडी यांची नक्की कारणे माहीत नाहीत. परंतु संशोधनात असे दिसून आले आहे की, या स्त्रियांच्या शरीरात पाळीशी संबंधित हार्मोन्स जास्त प्रमाणात अजिबात नसतात. मात्र, हार्मोन्सच्या पातळीत होणाऱ्या किरकोळ बदलांबाबत त्या मानसिकदृष्ट्या जास्त संवेदनाशील असतात. या आजारांच्या उपचारात जीवनशैलीतील बदल आणि काही औषधे घ्यावी लागतात. विशेषत: दैनंदिन स्वरूपात चहा-कॉफी कमी प्रमाणात घ्यावी. कॅफिन, साखर, मीठ यांचे प्रमाण कमी राखावे. मद्यपान - धूम्रपान टाळावे, नियमित आणि पुरेशी झोप घ्यावी, चालण्याचा व्यायाम करावा. याशिवाय, कॅल्शिअम दररोज १२०० मिग्रॅ घ्यावे. डॉक्टरांच्या उपचारात याशिवाय एसएसआरआय पद्धतीची औषधे, गर्भनिरोधक गोळ्या यांचा वापर केला जाऊ शकतो.

मेनोपॉज आणि मनोविकार

मेनोपॉज हा स्त्रियांच्या आयुष्याला कलाटणी देणारा काळ असतो. यामध्ये चिंता आणि नैराश्य येण्यापासून, अस्वस्थतेपासून मुक्त होण्यापर्यंत अनेक प्रकारच्या भावना येऊ शकतात.

काही स्त्रिया रजोनिवृत्तीनंतर बदलांशी जुळवून घेतात आणि चांगल्या प्रकारे जगतात. मात्र, या काळात उद्‌भवणाऱ्या मानसिक त्रासांचे महत्त्व स्त्रियांच्या आयुष्यात अनन्यसाधारण असते.

उदासीनता

सर्वच नाही; पण बऱ्याच जणींना लक्षणीय उदासीनता अनुभवाला येते. याची सुरुवात पाळी जाण्यापूर्वी आधी काही वर्षे होते, आणि पाळी पूर्ण बंद होण्याची दोनेक वर्षे आणि शेवटची पाळी येऊन गेल्यावर आणखी एखादे वर्ष, अशी सहा ते आठ वर्षे उदासीनतेचा त्रास होत राहतो. हा काळ किती वर्षांचा असेल याबाबत नक्की सांगता येत नाही. पण तो नैसर्गिक संक्रमणाचा काळ असतो; आणि त्याची मानसिक तयारी ठेवावी लागते. तारुण्य संपून वृद्धत्वाची चाहूल देणारा हा एक काळ असतो. स्त्रीची पुनरुत्पादन क्षमता संपत आल्याची ती एक सूचना असते. रजोनिवृत्तीला सामोरे जाताना काहींना स्त्री म्हणून आपली क्षमता गमावल्याचे वाईट वाटते.

उपचार

यामध्ये स्वत:ची मनोभूमिका सकारात्मक ठेवणे आवश्यक असते. यात मुलांसाठी, कुटुंबासाठी, जोडीदारासाठी, आपल्या छंदांसाठी किंवा करिअरसाठी जास्त वेळ देता येतो.

औषधोपचार

- **रजोनिवृत्ती हार्मोन थेरपी :** रजोनिवृत्तीच्या लक्षणांवर नियंत्रण ठेवण्यास मदत करण्यासाठी, काही स्त्रिया हार्मोन घेऊ शकतात, ज्याला रजोनिवृत्ती हार्मोन थेरपी (एमएचटी) म्हणतात. एमएचटीला हार्मोन रिप्लेसमेंट थेरपी किंवा एचआरटी म्हटले जायचे. एमएचटीचा वापर दीर्घ काळ केल्यास काही गंभीर शारीरिक आजार होऊ शकतात, असे २००२मधील 'विमेन्स हेल्थ इनिशिएटिव्ह' या सर्वेक्षणात

आढळून आले. अत्यंत कमी डोसेजमध्ये हार्मोन वापरल्यास काही काळ ते उपयुक्त ठरतात, असेही लक्षात आले आहे.

- **ॲण्टिडिप्रेसन्ट्स :** हार्मोन्सऐवजी ही नैराश्याला प्रतिबंध करणारी औषधे दीर्घ काळ वापरता येतात.
- समुपदेशन (काऊन्सेलिंग)चादेखील उपयोग होऊ शकतो.

आघातपश्चात तणावपूर्ण विकृती (पोस्ट ट्रॉमॅटिक स्ट्रेस डिसॉर्डर)

आघातानंतरची तणावपूर्ण विकृती हा एक सामान्य मानसिक स्थितीचा आजार आहे. अशा व्यक्तींच्या जीवनात काही गंभीर त्रासदायक घटना घडलेली असते. त्याचा त्यांच्या मानसिकतेवर खोल प्रभाव पडल्यामुळे त्यांच्या दैनंदिन जीवनात अनेक व्यत्यय येऊ लागतात. अशा रुग्णांमध्ये उदासीनता, पॅनिक ॲटॅक आणि इतर मानसिक विकार दिसून येऊ लागतात. या आजारात आत्मघातकी वर्तन वाढू शकते.

चिन्हे आणि लक्षणे

१. तणावपूर्ण घटना अनुभवण्याचा किंवा पाहण्याचा इतिहास. उदाहरणार्थ, स्वत:समोर दुसऱ्या व्यक्तीचा मृत्यू / गंभीर दुखापत होणे, जवळच्या व्यक्तीचा जीवघेण्या अपघातात मृत्यू होणे, लैंगिक हिंसाचाराचा सामना करावा लागणे, नैसर्गिक आपत्तीत असहायतेने सापडणे, कुणीतरी शस्त्राने धमकावण्याचा प्रयत्न करणे असे प्रसंग असतात.

२. दु:स्वप्न आणि / किंवा फ्लॅशबॅक समाविष्ट असलेल्या एखाद्या घटनेच्या आठवणी पुन:पुन्हा अनुभवणे.

३. त्या त्रासदायक घटनेची आठवण करून देणारी परिस्थिती, ठिकाणे आणि व्यक्ती टाळण्याचा प्रयत्न केला जातो. साहजिकच, रोजच्या जीवनातील कार्यक्षमतेवर त्याचा नकारात्मक परिणाम होतो. ज्यामुळे ते रोजच्या जीवनात पूर्णपणे कार्यरत होण्यास अक्षम ठरू शकतात.

४. चिडचिडेपणा, एकाग्रता न होणे, नीट झोप न लागणे, मध्येच एखाद्या गोष्टीला कमालीचा तीव्र प्रतिसाद देणे अशा गोष्टी घडतात.

आजच्या जीवनात दहशतवादी हल्ले, हिंसक गुन्हेगारी आणि गैरवर्तन, लष्करी लढाया, नैसर्गिक आपत्ती, गंभीर अपघात किंवा हिंसक वैयक्तिक हल्ले, दुर्घटना हे सातत्याने घडतच असतात. बरेच जण अशा प्रकारच्या तणावग्रस्त घटनांसह गंभीरपणे विचलित होतात; परंतु काही दिवस किंवा आठवडे दु:ख सोसून पुन्हा नियमित जीवन जगू लागतात. आपले शरीर अशा त्रासदायक घटनांच्या तणावाला भिन्न प्रकारे प्रतिसाद देते. सामान्यपणे लोक तणावाचा सामना मोठ्या उमेदीने करत राहतात. तथापि, काही लोक 'प्रयत्नांचा त्याग' करतात आणि कोणतीही भावना किंवा भय दडवतात. त्यामुळे हा आजार ओढवला जातो.

निदान आणि उपचार

विशिष्ट स्वयं-नोंदवलेल्या किंवा तज्ज्ञ-साहाय्य प्रश्नावली आणि प्रमाणाच्या मूल्यांकनाद्वारे निदान केले जाऊ शकते. रुग्णाच्या संवेदनशीलतेची पूर्तता हे अत्यंत संवेदनापूर्वक करावे लागते. उपचारांमध्ये परामर्श, कॉग्निटिव्ह बिहेवियरल थेरपी, समूह उपचार, विश्रांती तंत्र आणि मित्र आणि कुटुंबाकडून प्रचंड समर्थन यांचा समावेश आहे. तीव्रतेवर अवलंबून औषधे, बहुतेक वेळा ॲण्टिडिप्रेसन्ट्स सुचवली जाऊ शकतात.

घरगुती हिंसाचार

सध्याच्या किंवा पूर्वाश्रमीच्या जोडीदाराकडून हिंसक वर्तनाला सामोरे जाणे, हा एक महत्त्वाचा घटक स्त्रियांच्या मानसिकतेला धक्का पोहोचवत असतो. यात –

- **शारीरिक हिंसा :** मारणे, ढकलणे, पकडणे, चावणे, घुटमळणे, हादरवणे, थप्पड मारणे
- **लैंगिक हिंसा :** स्त्रीच्या संमतीशिवाय प्रयत्न केलेला किंवा वास्तविकपणे झालेला लैंगिक संपर्क
- **शारीरिक किंवा लैंगिक अत्याचाराची धमकी :** स्त्रीला ताब्यात ठेवण्यासाठी शब्द, चित्रे, व्हिडिओ, फोटो, देखावे किंवा शारीरिक अविर्भाव करून घाबरवणे
- **मानसिक किंवा भावनिक अत्याचार :** अपमानजनक - कमीपणाची वागणूक देणे, घरातून बाहेर काढणे, वेगळे करणे, धमकी देणे
- **टोचून वागणे :** बोलण्याचे कृत्रिम मार्ग अनुसरण करणे, त्रास देणे किंवा अवांछित संपर्क, भीती दाखवणे

याशिवाय, दिवस राहणे, दिवस न राहणे, 'मुलगाच हवा' असा आग्रह धरणे, गर्भावस्थेत खाण्याची आबाळ करणे, विश्रांती घेऊ न देणे, योग्य ठिकाणी वैद्यकीय सल्ला घेऊ न देणे असेही त्रास विविध अवस्थेत स्त्रीला सोसावे लागतात. त्याचबरोबर गर्भावस्थेत पुढे काय होणार, बाळंतपण कसे होणार, याबाबतही स्त्रीला चिंता वाटतच राहते. प्रसूतिपश्चातदेखील अनेक मानसिक समस्यांना ती तोंड देत असते.

मानसिक ताण

आर्थिक-सामाजिक अडचणीने हा ताण आणखी वाढतो. विशेषत: शहरी जीवनात जागेच्या अडचणींमुळे लहानसे घर मोठ्या कुटुंबामुळे अशांत होते; आणि अशा घरात चोवीस तास राहणाऱ्या गृहिणींना त्रास असह्य होतो. काही वेळा नवऱ्याची बदलीची किंवा फिरतीची नोकरी असल्यास एकतर परप्रांतात जाऊन राहावे लागते किंवा मुलांच्या शिक्षणासाठी नवऱ्याला सोडून एकटीनेच राहून संसार करावा लागतो. लागोपाठ बाळंतपणे आणि काबाडकष्ट यांची जबरदस्ती झाल्यास शारीरिक आणि मानसिक थकवा वाढतच जातो. हा सर्व मानसिक ताण गृहिणी हुशार, व्यवहारचतुर मनाने खंबीर असल्यास, तसेच नवऱ्याशी व मुलांशी समजुतीचे - प्रेमाचे संबंध असल्यास तिची मानसिक प्रकृती टिकून राहाते. परंतु व्यक्तिमत्त्वच कच्चे असल्यास वैफल्य व ताण यांचा अतिरेक होऊन शेवटी मानसिक विकाराला आमंत्रण मिळते.

मानसिक विकारांचे प्रकार

स्त्रियांमध्ये होणाऱ्या मानसिक विकारात दोन प्रकार प्रचलित असल्यामुळे महत्त्वाचे आहेत : उन्माद व नैराश्य. यातील उन्मादाचा प्रादुर्भाव तरुण वयात जास्त असतो. याच्या उपचारासाठी त्यामानाने कमी रुग्ण येतात. याचे कारण या दुखण्यातील काही महत्त्वाची लक्षणे– उदाहरणार्थ, अंगात येणे, दातखिळी बसणे– संस्कृतिमान्य असल्यामुळे त्यांना आपल्या अनभिज्ञ समाजात दुखणी मानली जात नाहीत.

कारणे

१. आत्मप्रतिष्ठेला धक्का देणारे अनुभव. उदाहरणार्थ, चारचौघात झालेली फजिती किंवा हेटाळणी

२. शैक्षणिक जीवनात किंवा लग्न जुळण्यात आलेले अपयश
३. आधीपासूनच लाड करणाऱ्या आईची अथवा वडिलांची मर्जी मोठेपणीसुद्धा कायम राहावी, म्हणून त्यांना काळजी वाटेल अशी वागणूक ठेवणे
४. वैवाहिक जीवनात लैंगिक संबंधाबद्दल भीती अथवा असमाधान
५. सासूशी झालेल्या भांडणात नवऱ्याने आपली बाजू न घेतल्यास
६. नवऱ्याचे लक्ष परस्त्रीवर जाते अशी जाणीव झाल्यास

अशा तऱ्हेने लक्षणांना सुरुवात होते. लक्षणांचा हेतू वरील समस्यातून एक पळवाट असाच असतो.

■ उन्माद व त्याची लक्षणे

उन्मादी लक्षणांचे दोन वर्ग केलेले आहेत : परिवर्तनीय लक्षणे व बोधविच्छेदनीय लक्षणे.

पहिल्या वर्गात शारीरिक दुखण्याचे अनुकरण करणारी लक्षणे सामावलेली आहेत. उदाहरणार्थ, वेदना किंवा बधिरता, हुळहुळेपणा, झटके, कंप, सतत उलट्या, उचक्या अथवा ढेकरा, आंधळेपणा, बहिरेपणा, क्षुधानाश. बहुधा लक्षणांचे स्वरूप रुग्णाच्या त्या तऱ्हेच्या विकाराच्या कल्पनेवर अवलंबून असते. मूळ किंवा अस्सल दुखण्यात आणि त्यांचे अनुकरण केलेल्या लक्षणात बराच फरक असू शकतो.

दुसऱ्या वर्गातील लक्षणांमध्ये अंगात येणे, शुद्ध हरपणे (दातखिळी), स्मृतिभ्रंश ही मुख्य आहेत. पैकी पहिली दोन प्रचलित आहेत. उन्मादी फीट बहुधा सुरक्षित ठिकाणी, चारचौघात येते. शुद्ध खरी जातच नाही; पण रुग्ण निपचित डोळे मिटून पडून राहतो, कधीकधी तासभरसुद्धा! डोळे वा तोंड उघडण्याचा प्रयत्न केल्यास त्याला सबळ विरोध केला जातो. पाणी तोंडात घातल्यास ते बाहेर येते, यालाच दातखिळी म्हणतात. स्वतःला इजा होणार नाही याची खबरदारी रुग्ण घेत असतो. अशी फीट नाट्यमय वातावरणात, महत्त्वाच्या व्यक्तींच्या उपस्थितीत योग्य वेळीच येत असते. आपण जगायला लायक नाही, सगळे जग आपल्या विरुद्ध उठले आहे, या विचारांमुळे काही स्त्रियांमध्ये वैफल्य निर्माण होऊन त्यांच्या मनात आत्महत्येचे विचार सुरू होतात.

अंगात येणे हा अनुभव धार्मिक-पारंपरिक श्रद्धांवर आधारलेला असल्यामुळे या लक्षणाला धर्मभोळे लोक विकार समजतच नाहीत. अशा लोकांच्या मते, काही प्रेषित म्हणजे दैवी शक्तीचा आशीर्वाद असलेल्या लोकांच्या अंगात देव, देवी, मृतात्मे किंवा काही वेळा भुते शिरतात; आणि मग अचानक ती व्यक्ती झपाटल्यासारखे नेहमीपेक्षा वेगळे व विचित्र वागते. आवाज व वृत्ती बदलते. शारीरिक ताकद व बौद्धिक क्षमता वाढल्यासारखी भासून ती व्यक्ती काही वेळ असामान्य वर्तन करते, घुमते, नाचते व भाकितेपण सांगते.

■ नैराश्य किंवा उदासीनता

कोणत्याही दुर्घटनेमुळे किंवा संकटाच्या असह्य ताणामुळे साधारण माणूस दुःखी होत असतो. उदासीनतेचे प्रकार मुख्यत्वे तीन आहेत :

निराशावादी प्रतिक्रिया : या प्रकाराला आजूबाजूच्या वातावरणातील अप्रिय बदल अथवा घटना जबाबदार ठरतात. काळजीखोर व विचारी व्यक्ती त्या दुर्घटनेबद्दल स्वतःला दोषी ठरवतात; आणि आपल्या अपयशाबद्दल व चुकांबद्दल दुःखी कष्टी होतात. त्यामुळे त्यांची आत्मप्रतिमा डागाळली जाते. या प्रकारात चिंता किंवा अतिविचार ही मुख्य लक्षणे आहेत. आत्महत्येबद्दल विचार आले तरी प्रयत्न केला जात नाही.

नैराश्य : यात उदासीनतेचे प्रमाण जास्त असते. परंतु त्यास काही खास कारण नसते. लक्षणात निद्रानाश, क्षुधानाश, निष्क्रियता, स्वतःच्या अपराधीपणाबद्दल खात्री, स्वतःचे अत्यंत नुकसान व हानी झाली आहे, सर्व बुडाले, पुढे आशा नाही, अशा दृढ कल्पना (संभ्रम); आणि म्हणून आपण जगण्यास लायक नाही अशा भावनेतून आत्महत्येची इच्छा व बऱ्याच वेळा कृतीसुद्धा येते.

असा अविचार करण्याचे प्रसंग म्हणजे कडाक्याचे भांडण– विशेषतः नवऱ्याशी, चारचौघात केलेला पाणउतारा किंवा हृदयाला भिडणारे आरोप, आघातजन्य दुर्घटना. उदाहरणार्थ, मृत्यू किंवा अचानक आलेले असह्य सामाजिक वा आर्थिक संकट; नवऱ्याचे दुसरीशी संबंध आहेत हे कळल्यावर होणारे मत्सरी दुःख, असह्य किंवा असाध्य शारीरिक दुखणे, भावना उफाळून आलेल्या वेळी आत्महत्येच्या साधनांचे सान्निध्य, अपराधी भावना बाळगणाऱ्या स्त्रियांकडून आत्मघाताचे प्रयत्न म्हणजे दिव्यातून पार पडण्यासाठी केलेली सत्त्वपरीक्षाच असते.

निराशावादी लक्षणांवरील मुख्य उपाय म्हणजे (१) नैराश्यावरील औषधे (२) मानसोपचार म्हणजे रुग्णाची मनोपार्श्वभूमी व विचार पूर्णपणे समजून घेऊन तिला दिलेले उत्तेजनपूर्वक व आधारदायी मार्गदर्शन आणि (३) न हटणाऱ्या लक्षणासाठी विद्युत उपचार हे होत.

निसर्गतः स्त्री जातीला जीवशास्त्रीय कर्तव्यपूर्तीसाठी सहनशक्ती व संयमशक्ती पुरुषजातीपेक्षा कितीतरी जास्त असते. जुन्या संस्कृतीत आधार देणारे दीर्घकालीन मातृत्व आजच्या आधुनिक जीवनात नाहीसे झाल्यामुळे स्त्रियांचे मानसिक स्वास्थ्य जास्त प्रमाणात बिघडायला लागले आहे. एकत्र कुटुंबपद्धती नष्ट होऊन एकल कुटुंबपद्धती प्रचलित झाल्यामुळे, आणि संसार करायची नैतिक जबाबदारी अजून स्त्रियांचीच मानली जात असल्यामुळे, त्यांच्या मनावरील ताण वाढतो आहे. आजची स्त्री घराबाहेर पडल्यामुळे घर, नोकरी आणि मुले सांभाळणे त्यांना तारेवरची कसरतच वाटणे स्वाभाविकच आहे. या विविध भूमिकांपैकी काही भूमिका परस्परविरोधी असल्यामुळे स्त्री गोंधळून जाते. तिच्या मनावर सतत ताण पडत राहतो.

❑❑❑

स्त्रियांमधील भावनिक समस्या

वयाच्या विविध टप्प्यांवर होणाऱ्या शारीरिक बदलांबरोबरच स्त्रियांना अनेक भावनिक आंदोलनांनाही सामोरे जावे लागते. राग, चिंता, निराशा अशा अनेक भावनांचे उद्रेक होणाऱ्या अनेक स्त्रिया आपण आजूबाजूला पाहतो, तेव्हा ही अशी का वागते,असा प्रश्नही पडतो. या प्रश्नांची उत्तरे तिच्या आरोग्याशी निगडित असतात.

शारीरिक कारणे

स्त्रियांच्या आरोग्यात शरीरातील संप्रेरकांचा प्रभाव खूप महत्त्वाचा असतो. मुलगी १२-१३ वर्षांची झाली की तिच्यातील स्त्रीविषयक हार्मोन्स (इस्ट्रोजेन आणि प्रोजेस्टेरॉन) कार्यरत होतात. त्यांच्या प्रभावाने तिला मासिक पाळी सुरू होते. या काळात शरीरात होणारे बदल, पाळीच्या काळात पोटात-कमरेत दुखणे याचा त्रास होतच असतो. पण पाळी वेळेवर न येणे, पीसीओएसचा त्रास उद्‌भवून पाळी लांबणे, वजनवाढ होणे असे त्रास तिच्या आरोग्याबाबत उद्‌भवतात.

तरुण वयात पाळीच्या त्रासांबरोबरच, लग्न आणि त्यानंतर दिवस जाणे, प्रसूती, प्रसूतिपश्चात होणारे शारीरिक त्रास यांचा तिच्या तब्येतीवर परिणाम होतच राहतो. मोजक्या सुशिक्षित आणि सधन वर्गातील स्त्रिया सोडल्या तर पाळी चुकल्यापासून तिला आवश्यक असलेला वैद्यकीय सल्ला आणि औषधे मिळणेही अनेकींना दुरपास्त असते. प्रसूती नॉर्मल झाली तरी प्रसूतिदरम्यानच्या असह्य कळा, कधीकधी होणारा अपरिमित रक्तस्राव तिच्या आरोग्यावर ओरखडे उमटवून जातोच. सिझेरियन झाले तर ते ऑपरेशन आणि त्यानंतरच्या वेदना, टाके काढणे या गोष्टी होतातच. प्रसूतिपश्चात बाळाला अंगावर पाजत असेपर्यंत म्हणजे दीड-दोन वर्षे प्रत्येक मातेला लोह आणि कॅल्शिअमच्या गोळ्या देणे आवश्यक असते. पण हे सुख एकुणातल्या ५ ते १० टक्के स्त्रियांनाच मिळते.

प्रसूतीनंतर बाळाला अंगावर पाजणे, त्याचे संगोपन करणे यात तिची कमालीची धावपळ होते. मूल रात्री झोपेतून उठते म्हणून झोप न येणाऱ्या अगणित स्त्रिया घरोघरी आढळतात. झोपेच्या अभावाचा परिणाम तिच्यावर होतोच. आज अनेक भारतीय स्त्रियांना मूल हवे असूनही, नवऱ्याच्या इच्छेमुळे किंवा आर्थिक कारणांसाठी, इतर अडचणींसाठी गर्भपात करून घ्यावा लागतो.

मध्यम वयात स्त्रीला पुरुषांप्रमाणे उच्च रक्तदाब, कोलेस्टेरॉल वाढणे, मधुमेह, हृदयविकार असे विकार आणि इतरांप्रमाणेच काही संसर्गजन्य आजार उद्‌भवतात. पण त्यांच्यासाठी लागणाऱ्या तपासण्या आणि डॉक्टरांची औषधे वेळेवर होत नाहीत / घेतली जात नाहीत. शेवटी हे आजार हाताबाहेर गेल्यावरच लक्षात येतात.

आयुष्याच्या पन्नाशीत स्त्रीची पाळी बंद होते. रजोनिवृत्तीच्या काळात वर उल्लेखलेल्या आजारांसोबत हाडे ठिसूळ होऊन सांधे दुखणे; स्तनाचा, गर्भाशयाचा, बीजांडकोषाचा कर्करोग; हायपोथायरॉयडिझम, अंगावरून जास्त जाणे, गर्भाशय काढण्याची शस्त्रक्रिया हे सर्व उद्‌भवते. स्त्रियांची चाळिशीनंतर जी नियमितपणे सर्वांग वैद्यकीय तपासणी व्हायला पाहिजे, ती बहुधा होत नाही.

स्त्रियांच्या आजारात त्यांना घरच्या पुरुषांचे साहाय्य मिळत नाही. त्या आजारी असल्या तरी घरातली कामे त्यांना करावीच लागतात. बहुतेक वेळेस स्त्रियांनाच अशी मदत नको असते. अगदी पूर्ण हालचाल बंद झाली तरच या गृहस्वामिनींना मदतीला कोणालातरी बोलावावेसे वाटते.

बहुतेक स्त्रियांना आजार अंगावर काढण्याची सवय असते. घरातील व्यक्तींनी कितीही आग्रह केला तरी डॉक्टरकडे जाऊन तपासणी करणे त्यांना आवडत नाही. कोणत्याही आजारात त्यांना डॉक्टरांकडे नेले तरी बहुसंख्य स्त्रिया त्यांना सांगितलेल्या तपासण्या करून घेत नाहीत. उपचारांबाबत अनियमितता हा तर स्त्री-रुग्णांचा स्थायिभाव असल्याचे आढळते. आपल्या देशात डॉक्टरांकडे आलेल्या रुग्णांत, दिलेली औषधे वेळेवर आणणे, ती दिलेल्या डोसमध्ये वेळेवर घेणे, शारीरिक चाचण्या करून घेणे आणि पुनर्तपासणीला सांगितल्याप्रमाणे येणे यांचा मोठ्या प्रमाणात अभाव आढळतो. यातही स्त्री-रुग्णांचे प्रमाण खूपच जास्त असते. स्त्री स्वतःच्या तब्येतीची हेळसांड करत असते, हे तिला सांगूनही पटत नाही. या साऱ्या शारीरिक आजारांचे आणि उपचारांच्या अभावाचे तिच्या शरीरावर आणि मनावर परिणाम होतच असतात.

आजही जवळजवळ सर्व गृहिणी सकाळी एक कप चहा पिऊन कामाला लागतात आणि दुपारी दोन वाजता जेवतात. त्यानंतर थेट रात्रीच भात खाऊन झोपतात. थोडक्यात, घरकामाचे शारीरिक कष्ट करून सोळा-सोळा तास त्या उपाशीच राहतात. याच्या जोडीला सोमवार-गुरुवार-शनिवार आणि चतुर्थी-एकादशी असे उपवास असतातच. या सर्व कारणांनी भारतातल्या तब्बल ८० टक्क्यांहून जास्त स्त्रिया ॲनिमिक असतात.

मानसिक कारणे

लहानपणापासून अनुभवलेली कुचंबणा, दुर्बल मानसिकता, अनाठायी सहनशीलपणा आणि शारीरिक त्रासांमध्ये होणारी मानसिक घुसमट, यामुळे भारतीय स्त्रियांमध्ये मानसिक त्रासांचे आणि मनोवैज्ञानिक आजारांचे प्रमाण जास्त आहे. विशेषतः मुलीला वाढवताना केला जाणारा भेदभाव, लहान-मोठ्या वयामध्ये त्या मुलीकडे दिले गेलेले लक्ष, अभ्यासातील कमी-अधिक हुशारीमुळे होणारी तुलना, वागण्या-दिसण्यातील तफावत याचा तौलनिक विचार मुलींकडून नकळत होत राहतो. वयात आल्यानंतर पौगंडावस्थेतील शारीरिक बदलांबरोबरच मानसिक बदल तिच्या व्यक्तिमत्त्वात बदल घडवून आणतात.

अनेक मुलींना शिक्षण घ्यायचे असूनही पुढे शिकू दिले जात नाही, काही जणींना शिक्षण सोडून मध्येच कसलीही छोटी-मोठी नोकरी करून कुटुंब सांभाळावे लागते, काहींचे लग्न लवकर उरकले जाते. आजकाल बहुसंख्य मुलींना वयोपरत्वे लग्न होण्यात अडचणी येतात. अशा वेळी अशा विविध स्तरांतील स्त्रियांची मानसिकताही तीव्रतेने बदलत जाते.

कुटुंबातील ताणतणाव, वयोपरत्वे वाटणारे लैंगिक विषयांबद्दलचे आकर्षण यामुळे मुलींच्या अध्ययनाची गती मंदावते. अकाली अथवा मनाविरुद्ध स्त्री-पुरुष संबंध आल्यास, नातेवाईक, मित्र, नोकरीतील सहकारी किंवा अन्य एखाद्या पुरुषाकडून शारीरिक शोषण झाल्यास मानसिक संतुलन बिघडून

स्त्री चिडचिड करू लागते. काही मुली आजूबाजूच्या वातावरणामुळे व्यसनाधीनही होतात; तर स्वत:कडे जरा जास्तच लक्ष देणाऱ्या मुलींचे एक वेगळे विश्व निर्माण होते.

कौटुंबिक स्तरावर, सामाजिक स्तरावर आणि नोकरी-व्यवसायात स्त्री म्हणून डावलले जाणे, महत्त्वाच्या पदव्या, नोकऱ्या, बढती यात दुय्यम स्थान मिळणे, घरातील महत्त्वाच्या निर्णयांमध्ये तिच्या मताला किंमत दिली न जाणे यामुळेही तिची मानसिकता बिघडून जाते.

मध्यमवर्गीय विवाहित स्त्री ही स्वत:च्या आरोग्याच्या समस्यांकडे जसे दुर्लक्ष करते तसेच दररोज बदलणाऱ्या स्वत:च्या मानसिकतेकडेसुद्धा काणाडोळा करते. ती घर सांभाळणारी होममेकर असो, कार्यालयात नोकरी करणारी असो किंवा स्वतंत्र व्यवसाय-धंदा करणारी असो, आपल्या जीवनातील ताणतणाव आणि त्यामुळे आपल्या आयुष्यावर आणि आरोग्यावर होणाऱ्या परिणामांकडे ती लक्ष पुरवत नाही.

वाढत्या ताणतणावांमुळे तिला थायरॉईड, मधुमेह, रक्तदाब असे आजार असतील तर ते बळावल्याशिवाय राहत नाहीत. आनुवंशिकतेने येणारा मधुमेह चाळिशीआधीच डोकावतो. विवाहित स्त्रीला लहान मूल असेल तर त्याला वाढवणे ही सर्वस्वी तिचीच जबाबदारी मानली जाते. घरात वावरताना तिला शारीरिक व मानसिक दडपण येते. यातूनच पुढे शारीरिक आजार, चिंता, मानसिक नैराश्य, निद्रानाश अशा गोष्टी उद्‌भवतात. याच वेळेस वैवाहिक जीवनात तिला क्षय, एड्‌स वा कर्करोग उद्‌भवला तर या व्याधींच्या इलाजाबरोबरच घरातील सर्वांच्या मानसिक पाठबळाची तिला गरज भासते. ते मिळाले तरच ती परिस्थितीशी झुंज देऊ शकते.

स्त्रीच्या रजोनिवृत्ती काळात, गरोदरपणात होणाऱ्या मानसिक बदलांकडे फार गौणपणे पाहिले जाते. अनेकदा वरकरणी तिचे नियमित व्यवहार चालू राहतात; पण तरीही, अचानकपणे तिला एकाकीपणाची भावना होते, रडू येते, चिडचिड होते, सगळे सोडून कुठेतरी दूरवर निघून जावेसे वाटते, आणि कधीकधी तिच्या सैरभैर मनात आत्महत्येचे विचार येतात.

सामाजिक कारणे

भारतीय समाजात स्त्रियांना दुय्यम मानले जाणे ही गोष्ट तर त्यांच्या मनाच्या तडफडाटाला कारणीभूत असतेच. पण, त्यापेक्षाही स्त्रीला भोगवस्तू मानणे ही सर्व थरांतील मनोभूमिका त्यांना जास्त त्रासदायक असते. स्त्रीकडे पाहण्याची समाजाची नजर ही लैंगिकतेने वखवखलेली आजही आढळते. कित्येक युवतींनी अनेक व्यासपीठांवर याबाबत विचारही व्यक्त केलेले आहेत. रस्त्यावरून जाणाऱ्या मुलींकडे बघण्याची वृत्ती आणि नजर यांचा त्यांना किती त्रास होतो हे वर्तमानपत्रात, मीडियामध्ये आणि अनेक वेबसाईटवर पाहायला मिळते. फेसबुक, इंस्टाग्राम अशा अनेक सोशल मीडियावर तरुणींशी चॅटिंग करण्याच्या बहाण्याने काय-काय बरळले जाते, याचा पर्दाफाश अनेक स्त्रियांनी निर्भीडपणे केलेला आहे. मध्यंतरी गाजलेल्या 'मी टू' मोहिमेमध्ये अनेक स्त्रियांनी याबाबतचे आपले अनुभव आणि तक्रारी जाहीररीत्या मुक्तपणे मांडल्या आहेत.

भारतामध्ये स्त्रियांवर होणाऱ्या लैंगिक आणि शारीरिक अत्याचारांचे प्रमाण पाहिल्यावर खरेच आपल्या संस्कृतीबाबत प्रश्न उभे राहतात. त्यातही बलात्कारसारखा किंवा विनयभंगासारखा एखादा गंभीर प्रसंग घडला तर समाजातील अनेक धुरीण हे स्त्रियांना आणि त्यांच्या नैतिकतेलाच जबाबदार धरतात. स्त्रियांवर

होणाऱ्या अत्याचारात बलात्कार हा सगळ्यात क्रूर, विकृत मानला जातो. स्त्रियांबद्दल दुजाभाव, स्त्रिया म्हणजे गुलाम, त्यांना मारहाण होणारे कौटुंबिक हिंसाचार, व्यभिचाराचा संशय घेऊन त्यांचा जीव घेणे, जातिधर्माबाहेरील मुलाशी विवाह किंवा प्रेम केल्यास 'ऑनर किलिंग'च्या वृथा अभिमानापोटी त्यांना मारून टाकणे, गंमत म्हणून मुलींना छेडणे, त्यांचा विनयभंग करणे; आणि सगळ्यात भयानक म्हणजे त्यांची अब्रू लुटणे, त्यांच्यावर बलात्कार करणे ही असते महिलांवरील अत्याचारांची चढती भाजणी.

उपाययोजना

स्त्रियांना त्यांच्या आरोग्याबाबत सजग करणे, आहार, व्यायाम आणि विश्रांती यांचा सुयोग्य समतोल कसा साधता येईल, याविषयी त्यांना मार्गदर्शन करणे, त्यांच्या आरोग्य चाचण्यांसाठी आणि उपचारांसाठी योजना आखणे अशा गोष्टी केल्यास स्त्रियांच्या आरोग्याच्या समस्या काही प्रमाणात आटोक्यात येऊ शकतील.

ताणतणावाचे नियोजन करण्यासाठी ध्यानधारणा, योग, समुपदेशन, मानसोपचार अशा विविध गोष्टींचा आधार घेता येईल. याबद्दल स्त्रियांना माहिती देणे गरजेचे आहे. फक्त स्त्रियांसाठी कार्य करणाऱ्या अनेक स्वयंसेवी संस्था आहेत. त्यांचे कार्य विस्तृत होण्यासाठी जनतेने त्यांना मदत करणे आणि त्यांच्या कामात सहभागी होणे गरजेचे आहे.

स्त्रियांबाबतची सामाजिक भूमिका आणि दृष्टी बदलणे ही काळाची गरज आहे. यासाठी मुलांवर लहानपणापासून संस्कार केले पाहिजेत. घरगुती कामांची सवय मुलांनाही लावली पाहिजे. सर्वसामान्य व्यक्ती; मग स्त्री असो वा पुरुष, गरीब असो वा श्रीमंत, अशिक्षित असो वा उच्चशिक्षित, कामकरी असो वा बुद्धिवंत, त्यांच्या अंतर्मनात स्त्रियांचे सामाजिक स्थान भविष्यात काय राहील यावर या समस्येची फलश्रुती अवलंबून आहे.

❏❏❏

स्त्रियांमधील व्यसनाधीनता

व्यसने ही अनादी कालापासून चालत आलेली जागतिक परंपरा आहे. व्यसनांची निंदा सर्वच धर्मांत आणि संस्कृतीमध्ये केली जाते. पण पुरातन कालापासून समाजात आणि साहित्यामध्येदेखील व्यसनी व्यक्तीचे वर्णन करताना तो पुरुषच दाखवला जातो. मात्र, बदलत्या काळाबरोबर, सामाजिक मन्वंतरासोबत आणि प्रगतशील समाजासमवेत स्त्री-पुरुष समानतेचा विचार पुढे आला. सामाजिक व्यवहारातील लैंगिक असमानता झुगारून टाकत स्त्रिया पुरुषांच्या खांद्याला खांदा लावून काम करू लागल्या. स्त्री-स्वातंत्र्य आणि स्त्री-सक्षमीकरण हा सामाजिक उन्नतीसाठी परिवर्तनशील मुद्दा ठरला. स्त्री स्वतंत्र विचार करू लागल्यावर आणि स्वतःच्या पायांवर उभी राहू लागल्यावर असंख्य चांगल्या गोष्टी घडल्या. पण त्याचबरोबर महिलांमध्येही धूम्रपान, मद्यपान, ड्रग्ज आणि इतर व्यसनांचे प्रमाण वाढू लागले. मुलगी असूनही सिगारेट ओढते, मद्यपान करते हा विचार कालबाह्य ठरला.

अमेरिकेतील वैद्यकीय संशोधनांमध्ये १९९०पर्यंत व्यसनांचा अभ्यास करताना फक्त पुरुष उमेदवारांचाच विचार केला जात असे. पण त्यानंतर अमेरिकन सरकारनेच अशा सर्वेक्षणात आणि अभ्यासपूर्ण संशोधनात स्त्रियांचा समावेश करायला सुरुवात केली. जगभरात भारतासह इतर देशांनीही हा कित्ता गिरवला आणि अनेक सत्ये सामोरी आली.

व्यसनांबाबत चर्चा करताना व्यसन (ॲडिक्शन), अवलंबन (डिपेंडन्स) आणि दुरुपयोग (अब्युज) या वरवर सारख्याच वाटणाऱ्या तीन संज्ञांमधील मूलभूत फरक समजावून घेणे आवश्यक असते.

व्यसन

हा शब्द मानसिक विकृतींच्या *डायग्नोस्टिक आणि स्टॅटिस्टिकल मॅन्युअल* या प्रमाणग्रंथाच्या चौथ्या आवृत्तीत (डीएसएम-४)मध्ये दिसत नाही. परंतु व्यसनामध्ये पदार्थाचा गैरवापर आणि अवलंबन या दोन्ही घटकांचा समावेश असतो. व्यसनाधीनतेत एखाद्या विशिष्ट नशिल्या पदार्थासाठी तडफड होणे, त्याच्या वापराचे नियंत्रण करण्यास असमर्थता असणे आणि नकारात्मक परिणामांनंतरही ती कृती परत-परत करत राहणे यांचा समावेश असतो.

अवलंबित्व

डीएसएम-४च्या मते, जे लोक नशिल्या पदार्थांवर अवलंबून असतात त्यांच्यामध्ये पुढीलपैकी किमान तीन विशेष लक्षणे किंवा वर्तनदोष हे एक वर्ष किंवा त्याहून जास्त कालावधीपर्यंत दिसावे लागतात :

१. त्या व्यसनामधील नशील्या पदार्थाचा वापर वाढत जाणे

२. व्यसन काही काळ सोडून दिल्यावर उद्भवणारी माघार घेण्याची लक्षणे (विथड्रॉवल सिम्प्टम्स)
३. व्यसन सोडण्याची इच्छा सतत व्यक्त होणे
४. व्यसन करण्यावर नियंत्रण नसणे
५. व्यसनाच्या वस्तूबाबत किंवा पदार्थाबाबत सतत विचारमग्न असणे
६, व्यसनासाठी किंवा ते करण्यासाठी जीवनातील इतर महत्त्वाच्या गोष्टी, इतर जबाबदाऱ्या, बांधिलकी, वचनबद्धता यांना मुळीच महत्त्व न देणे
७. व्यसनाच्या परिणामांनी अनेक नकारात्मक घटना घडूनही व्यसन सतत करत राहणे

गैरवापर

डीएसएम-४ मध्ये ही संज्ञा अशा लोकांचे वर्णन करण्यासाठी वापरली गेली, की जे नियमितपणे जास्त प्रमाणात नशिले पदार्थ वापरतात, त्यात कायदेशीर अडचणी उद्भवल्या असूनही स्वतःला धोका निर्माण करतात, कौटुंबिक नात्यात संकटे आणतात किंवा वैयक्तिक आणि व्यावसायिक आयुष्यातील महत्त्वाच्या जबाबदाऱ्या पार पाडण्यात अयशस्वी ठरतात. पण त्यांच्यात अवलंबित्वाची चिन्हे दिसून येत नाहीत. त्यांच्या व्यसनाबाबत त्यांच्यात अवलंबित्व आलेले नसते. व्यसन करण्याबाबत त्यांची तडफड होत नाही किंवा मनात नसूनही व्यसन केले जातेच असेही त्यांच्याबाबत घडत नाही.

स्त्री-पुरुषातला फरक

आजही अनेक सर्वेक्षणात असेच दिसून आले आहे की,

- पुरुषांमध्ये व्यसनांचे प्रमाण जास्त असते. जागतिक आकडेवारीनुसार १२ वर्षांवरील ११.५ टक्के पुरुष व्यसनाधीन असतात; तर याच वयोगटातील स्त्रियांमध्ये हे प्रमाण ६.४ टक्के असते. परंतु स्त्री-पुरुषांच्या आकडेवारीमधील ही तफावत दर वर्षी वेगाने कमी होते आहे.
- स्त्रियांनी व्यसन करण्याची सुरुवात झाल्यावर त्या पुरुषांपेक्षा जास्त लवकर व्यसनाच्या आहारी जातात. व्यसनाचे अवलंबित्व यायला स्त्रियांना पुरुषांपेक्षा कमी काळ लागतो.
- स्त्रियांना व्यसन सोडणे पुरुषांपेक्षा जड जाते.
- एकदा व्यसन सोडल्यावर पुन्हा त्याच्या आहारी जाण्यात स्त्रियांचे प्रमाण अधिक असते.
- व्यसनाचे आरोग्यविषयक आणि सामाजिक दुष्परिणाम स्त्रियांमध्ये जास्त लवकर घडून येतात.

या विवक्षित फरकांमुळे स्त्रिया आणि पुरुषांमध्ये व्यसन निर्मूलनाच्या उपचार आणि समुपदेशन पद्धती थोड्या वेगळ्या असाव्या लागतात.

मद्यसेवन

जागतिक स्तरावरील आकडेवारीनुसार ७ ते १२ टक्के स्त्रिया, तर २० टक्के पुरुष मद्यसेवनाबाबत व्यसनाधीन असतात. जगभरात आणि भारतातही दारूच्या व्यसनाधीनतेचे प्रमाण पुरुषांच्या मानाने स्त्रियांमध्ये कमी आहे. परंतु गेल्या काही वर्षांमध्ये स्त्री-पुरुषांमधील ही तफावत मोठ्या प्रमाणावर कमी होताना दिसत आहे.

स्त्रियांमधील दारूची व्यसनाधीनता ही केवळ शहरी स्त्रियांमध्ये मर्यादित नसून वेश्याव्यवसायावर गुजराण करणाऱ्या स्त्रियांमध्ये, निम्नआर्थिक स्तरातील स्त्रियांमध्ये, आदिवासी महिलांमध्येही दारूचे व्यसन आढळून येते.

मद्यसेवन

ग्रामीण भागातील आणि झोपडपट्टीमध्ये राहणाऱ्या स्त्रियांना परवडणारे मद्य, भेसळयुक्त आणि दर्जाहीन असते. त्याचे शरीरावर गंभीर परिणाम होऊन जिवावरही बेतू शकते. अनेक आदिवासी वस्त्यांमध्ये आणि खेड्यांमध्ये अनेक स्त्रिया दारू गाळतात. जीव धोक्यात घालून त्या दारूचा बेकायदेशीर व्यवसाय करतात. दारूच्या व्यसनाचे सामाजिक-आर्थिक परिणाम स्त्रियांना भोगावे लागतात.

जागतिक आरोग्य संघटनेच्या अहवालानुसार २२ टक्के आत्महत्या आणि २२ टक्के खून दारूच्या नशेत घडतात. भारतात दर ९६ मिनिटांनी एका व्यक्तीचा मृत्यू दारूशी संबंधित आजारामुळे होतो.

स्त्रियांवरील विशेष दुष्परिणाम

- स्त्रियांचे सरासरी वजन पुरुषांपेक्षा कमी असते. त्यांच्या शरीरात पुरुषांच्या तुलनेत चरबी अधिक आणि पाण्याचे प्रमाण कमी असते. चरबीमध्ये मद्य जास्त काळ राहते आणि पाणी मद्याला सौम्य (डायल्युट) करते. साहजिकच, मद्यसेवानाने स्त्रियांच्या महत्त्वाच्या अवयवांची हानी जास्त होते.
- दारूमुळे होणारी मेंदूची झीज आणि यकृत पेशींचा नाश स्त्रियांमध्ये जास्त वेगाने होतो.
- मद्यप्राशन केल्यावर जठरात आणि यकृतात मद्याचे विघटन करणारे अल्कोहोल डीहायड्रोजीनेज आणि अल्डीहाईड डीहायड्रोजीनेज हे दोन पाचक रस स्त्रियांच्या शरीरात निसर्गतःच कमी प्रमाणात असतात. परिणामी, स्त्रियांनी मद्यप्राशन केल्यावर त्याचे विघटन कमी प्रमाणात झाल्याने स्त्रियांच्या रक्तातील मद्यार्काची पातळी जास्त वाढते.
- मद्यप्राशनामुळे रोगप्रतिकारक शक्ती कमी होऊन क्षयरोगासारखा संसर्गजन्य रोग व्यसनी व्यक्तींमध्ये अधिक आढळतो.
- गरोदरपणात मद्यसेवन करणाऱ्या स्त्रियांच्या बाळामध्ये मेंदूला इजा होऊन बाळाची शारीरिक-बौद्धिक वाढ खुंटते. याला 'फीटल अल्कोहोल सिंड्रोम' म्हणतात. पुरुषांच्या आरोग्यावर होणारे दुष्परिणाम स्त्रियांमध्ये उद्‌भवायला कमी प्रमाणातील मद्यसेवन पुरेसे ठरते.

धूम्रपान

धूम्रपान

तंबाखू, विडी, सिगारेट, खैनी, पान मसाला, गुटखा, तंबाखूजन्य पदार्थ हे तंबाखूच्या पानांमधून पूर्ण किंवा अंशतः अर्क घेऊन बनवले जातात. पूर्वी विडी, त्यानंतर सिगारेट आणि आता इ-सिगारेट आणि हुक्का असे परिवर्तन होताना दिसते आहे, पण व्यसनाधीनता वाढत जात आहे.

एकदा धूम्रपान केले की तंबाखूजन्य पदार्थातील निकोटीन हे रसायन शरीरात जाऊन ॲड्रीनॅलिन नावाचे रासायनिक द्रव्य निर्माण करते. त्यामुळे हृदयाचे ठोके वेगाने पडतात आणि रक्तदाब वाढतो. या दोन्हींमुळे तंबाखू सेवन करणाऱ्या व्यक्तीला आधीपेक्षा अधिक दक्ष, जागरूक, तल्लख असल्याची भावना निर्माण होते. धूम्रपानानंतर निकोटीन त्वरेने मेंदूतील रक्तवाहिन्यांमध्ये पोहोचते आणि मेंदूमार्फत डोपामिन नामक दुसरे रसायन निर्माण केले जाते. ते रसायन मेंदूच्या आनंद केंद्रांना उत्तेजित करते. निकोटीनचा परिणाम दीर्घकालीन नसतो. परिणामतः तंबाखू सेवन करणाऱ्याला पुनःपुन्हा हा आनंद घ्यावासा वाटतो, त्याला तशी तल्लफ येते आणि व्यसन लागते. हेरॉइन या मादक पदार्थापेक्षा व्यसनाधीनता वाढवण्यात निकोटीन जास्त कार्यक्षम असते, असे संशोधनातून दिसून आले आहे. .

स्त्रिया आणि धूम्रपान

- धूम्रपानामुळे स्त्रियांना फुप्फुसाचा कर्करोग होण्याची शक्यता पुरुषांपेक्षा जास्त असते.
- धूम्रपानामुळे स्त्रियांमध्ये हृदयविकाराचा झटका येण्याची शक्यता पुरुषांपेक्षा दुपटीने जास्त असते.
- स्त्रियांना धूम्रपान सोडणे पुरुषांपेक्षा जास्त कठीण असते. एकदा सोडल्यावर पुन्हा व्यसनाच्या आहारी जाण्याचीही शक्यता पुरुषांपेक्षा अधिक असते.
- निकोटीन पॅच, च्युइंग गम अशा रिप्लेसमेंट थेरपी स्त्रियांमध्ये कमी उपयुक्त ठरतात. या पद्धतीने धूम्रपानाची सवय सुटण्याचे प्रमाण पुरुषांमध्ये २० टक्के, तर स्त्रियांमध्ये १५ टक्के आहे.
- वजन मर्यादित ठेवण्यासाठी धूम्रपान हे कारण ५० टक्के स्त्रियांमध्ये आढळून येते.
- मासिक पाळी येण्यापूर्वीच्या काळात स्त्रियांना धूम्रपान सोडणे कठीण जाते. मात्र, पाळी येऊन गेल्यावर त्यांना या प्रयत्नात यश मिळते. पाळी येऊन गेल्यानंतर वाढणाऱ्या इस्ट्रोजेन संप्रेरकांच्या पातळीमुळे स्त्रियांमधील चिंता कमी होऊन मानसिक स्थिती अनादी बनते, हे यामागचे कारण असू शकते.
- तंबाखूच्या वापरामुळे गर्भाशयाच्या मुखाचा कर्करोग होतो, असे टाटा कॅन्सर रिसर्च सेंटरच्या संशोधनातून सिद्ध झाले आहे.
- ग्लोबल ॲडल्ट टोबॅको सर्व्हे-२०१६च्या आकडेवारीनुसार, भारतात सरासरी २०.३ टक्के स्त्रिया धूम्रपान किंवा अन्य प्रकारे तंबाखूचा वापर करतात. त्यातील ९० टक्के स्त्रिया तंबाखू सेवन करतात.

धूम्रपान अथवा तंबाखू सेवनास सुरुवात होण्याचे सरासरी वय १७.८ वर्षे आहे. २५ टक्के महिला १५ वर्षांखालील आहेत.

- सिगारेट, बिडी, तंबाखू, गुटखा, जर्दा, खैनी, मिश्री, मावा हे सर्व तंबाखूयुक्त पदार्थ आहेत. तंबाखूमध्ये चार हजार प्रकारची रसायने असतात. तंबाखू व्यसनाकरिता निरनिराळ्या पद्धतीने वापरताना जाळणे, भाजणे, दळणे, वाटणे, मळणे अशा प्रक्रिया केल्या जातात. त्यातून एकुणात सात हजार आरोग्यविघातक रसायने निर्माण होतात. व्यसनी स्त्रिया दिवसातून सरासरी तीन वेळा तंबाखू खातात, सात सिगारेट ओढतात आणि तीन वेळा मिश्री लावतात.

तंबाखू सेवनाची कारणे

स्त्रियांमध्ये सर्वसाधारणपणे तंबाखू सेवन आणि धूम्रपान याची पुढील मुख्य कारणे आढळतात :

- ताजेतवाने वाटावे
- कोठा साफ व्हावा
- काम करण्याची स्फूर्ती वाढावी
- वजन कमी करणे
- निराशा कमी करणे
- आत्मविश्वास वाढणे
- स्त्री-स्वातंत्र्याच्या कल्पना आणि फॅशन ही कारणे आढळतात.

निकोटीन शरीरात जाण्याचे प्रकार

- स्वत:चे धूम्रपान
- सोबत असलेल्या व्यक्तीने सोडलेला धूर श्वासासोबत फुप्फुसात जाऊन होणारे पॅसिव्ह स्मोकिंग
- घरात, कार्यालयात किंवा इतरत्र जेव्हा धूम्रपान केले जाते तेव्हा त्या जागेत तेथील भिंती, फरशीवरचा गालिचा, पडदे यांच्यावर धूम्रपानातून बाहेर पडणाऱ्या रसायनाचा थर साचतो. त्याचा सूक्ष्म अर्क श्वसनातून, त्वचेतून शरीरात जाऊन नुकसान होऊ शकते.

दुष्परिणाम

- संप्रेरकांच्या बिघाडामुळे वंध्यत्व येऊ शकते.
- शारीरिक संबंध ठेवताना कोरडेपणा निर्माण होतो.
- पुरुषांमध्ये कमी क्षमतेचे वीर्यधातू निर्माण होतात. त्यांची विहार क्षमता बिघडते. गर्भपिशवीला चिकटण्याची गर्भाची क्षमता खालावून गर्भ रुजत नाही.
- तंबाखू चघळल्याने वारंवार तोंड येणे, दातांवर डाग पडणे या समस्या उद्‌भवतात. हिरड्या सतत सुजून खराब होऊ लागतात, त्यामुळे दातांची मुळे उघडी पडतात. गालामध्ये तंबाखू ठेवून चघळल्याने गालांच्या आतील वाजूस आणि जिभेवर पांढरे चट्टे तयार होतात. त्यांना ल्युकोप्लेकिया पॅचेस म्हणतात. वेळेवर तंबाखू खाणे बंद करून त्यावर उपचार न केल्यास मौखिक कर्करोग होण्याची दाट शक्यता असते.

- तंबाखू सतत खाल्ल्याने अन्ननलिकेचा दाह, जठरातील आम्ल जास्त वाढून हायपर ॲसिडिटी, पेप्टिक अल्सर आणि जठराचा कर्करोग होऊ शकतो.
- तंबाखू खाल्ल्याने तसेच धूम्रपानाने त्यातील निकोटीन रक्तामध्ये विरघळते. त्याचा हृदय आणि रक्ताभिसरण संस्थेवर दुष्परिणाम होऊन उच्च रक्तदाब, हृदयविकाराचा अचानक झटका येणे असे धोके संभवतात.
- गुटख्यामधील काही विषारी पदार्थांनी जबड्याच्या आतील अस्तर आकसते. त्यामुळे तोंड उघडणे आणि 'आ' करणे मुश्कील होते. याला सब म्युकस फायब्रोसिस म्हणतात. यातूनही नंतर कर्करोग संभवतो.

गरोदरपणात होणारे दुष्परिमाण

गर्भपात, गर्भात व्यंग असणे, गर्भाची वाढ खुंटणे, कमी वजनाचे बाळ जन्मणे, मुदतपूर्व प्रसूती, वार सरकून होणारा रक्तस्राव, वारंवार आजारी पडणे, दैनंदिन कार्यक्षमता कमी होणे, रक्तदाब, हृदयरोग, टाईप २ मधुमेह, कॅन्सर, हाडांचा ठिसूळपणा इत्यादी आजार आणि विकार संभवतात.

व्यसनांच्या आहारी जाणे, व्यसन, चुकीच्या सवयी यांमुळे आपले व्यक्तिमत्त्व कमकुवत होते. आजच्या प्रगतशील समाजात विविध संधी उपलब्ध आहेत. शारीरिक स्वास्थ्य, सक्षम व्यक्तिमत्त्व व स्थिर मानसिकतेची यासाठी नितांत गरज आहे, हे लक्षात ठेवायला हवे.

उत्तेजक द्रव्ये, अफूयुक्त पदार्थ आणि गांजा

- अवैध रीतीने गुप्तपणे मिळणारी नशिली औषधे किंवा डॉक्टर लिहून देतात त्या प्रिस्क्रिप्शनवरील औषधांचा दुरुपयोग या व्यसनाच्या पद्धतीबाबत स्त्रियांचे प्रमाण जगभरात वाढते आहे.
- कोकेन आणि मेथ-मॅफेटामाइनसारखी उत्तेजक द्रव्ये आणि नशिल्या पदार्थांचा वापर आणि दुरुपयोग याबाबत पुरुष आणि स्त्रिया यांची संख्या सारख्याच प्रमाणात वाढत आहे. मात्र, काही जागतिक सर्वेक्षणांच्या अहवालात महिला पुरुषांपेक्षा लहान वयात कोकेन वापरतात. त्यांना उत्तेजकांचे अवलंबित्व जास्त लवकर येते आणि सवय सोडल्यानंतर पुन्हा त्याच्या आहारी जाण्याची जास्त शक्यता असते.
- निकोटीनप्रमाणेच, मासिक पाळी येण्याआधी हार्मोनल चढउतारांमुळे कोकेन घेण्याची तीव्र इच्छा स्त्रियांमध्ये वाढू शकते. स्त्रियांमध्ये उत्तेजक द्रव्यांची तल्लफ जास्त तीव्रतेने होते.
- **ओपिऑइड्स :** स्त्रियांमध्ये फायब्रोमायाल्जियासारखे वेदनामय आजार पुरुषांपेक्षा जास्त प्रमाणात आढळतात. साहजिकच, वैद्यकीय उपचारांमध्ये ओपिऑइड्स असलेली वेदनाशामके स्त्रियांना जास्त प्रमाणात लिहून दिली जातात. त्याचप्रमाणे इस्पितळांच्या इमर्जन्सी विभागाला विविध आजारांच्या गंभीर स्थितींमध्ये वेळीअवेळी भेट देणाऱ्यात स्त्रियांची संख्या मोठी असते. त्यामुळे स्त्रियांमध्ये ओपिऑइडचा गैरवापर होतो, असेही म्हणता येत नाही. कारण त्याने जास्त प्रमाणात वेदनामय आजार भोगावे लागतात.
- **मारिजुआना (गांजा) :** या उत्तेजक नशील्या पदार्थाचा वापर करण्यात पुरुषांचे प्रमाण स्त्रियांच्या तिप्पट आहे; पण त्यावर येणारे अवलंबित्व आणि दुष्परिणाम स्त्रियांमध्ये जास्त आढळतात.

व्यसनाधीनता हा एक आजार असतो. आपल्या देशात आजमितीला व्यसनमुक्तीसाठी वैद्यकीय उपचार, औषधे, समुपदेशन आणि पुनर्वसन सर्वत्र उपलब्ध आहे. परंतु त्याबद्दल हवी तशी जनजागृती झालेली नाही. व्यसनाधीन व्यक्तीला उपचारांद्वारे बरा करण्याबाबत नेहमीच दुर्लक्ष केले जाते. शालेय जीवनात मूल्य शिक्षण, महाविद्यालयीन काळात 'राष्ट्रीय सेवा योजना', शालेय आणि महाविद्यालयीन जीवनात साहित्य, संगीत, नृत्य, चित्रकला अशा छंदांना विकसित करून व्यसनांपासून परावृत्त करणे आवश्यक असते. आजच्या संगणक युगातील समाजात टेलिव्हिजन मीडिया आणि सोशल मीडियालासुद्धा या व्यसनमुक्तीमध्ये मोठा हातभार लावता येईल.

व्यसनाधीनतेबाबत कुटुंब, समाज, मित्रगणांचा आधार आणि मदत महत्त्वाची असते. भावी पिढीवर सुसंस्कार करण्यासाठी व्यसनविरहित समाजाची जडणघडण करणे आवश्यक आहे. संत साहित्य, अध्यात्म हादेखील व्यसनविरहित समाज घडवण्याचा एक मार्ग आहे.

व्यसन मुक्तीसाठी 'कॉग्निटिव्ह' बिहेवियरल थेरपी, ग्रुप थेरपी, समुपदेशन गरजेनुसार काही औषधे, प्रशिक्षित मानसरोगतज्ज्ञांचा सल्ला तसेच उपचार आवश्यक असतात.

नुकत्याच झालेल्या सर्वेक्षणानुसार भारतात व्यसनाधीनतेचे प्रमाण एकूण लोकसंख्येच्या २० टक्के आढळले. व्यसनावरील उपचार करताना 'कुटुंब शिक्षण' हा महत्त्वाचा भाग आहे. आजतागायत 'अल्कोहोलिक अनॉनिमस'चे व्यसनमुक्तीचे व पुनर्वसनाचे कार्य चांगले आढळले आहे.

उत्साही, कार्यक्षम युवा पिढी निर्व्यसनी राहिल्यास भारत विकसित होण्यास वेळ लागणार नाही. म्हणून, 'कोणत्याही व्यसनापासून दूर राहू' ही आरोग्य प्रतिज्ञा आचरणात आणण्याचा निश्चय प्रत्येक जण करू या. दारूऐवजी दूध पिऊन, कोणतीही पार्टी/मंगल कार्य साजरे करू या. व्यसन करून स्वत:च स्वत:साठी खड्डा खोदण्यापेक्षा ती आर्थिक बचत भावी पिढीच्या शिक्षण, व्यवसाय-उद्योग यासाठी उपयुक्त ठरेल.

'मी व्यसन करणार नाही व इतरांना करू देणार नाही' अशी प्रतिज्ञा प्रत्येकाने केली तर समाज व्यसनमुक्तीमध्ये प्रगती करू शकेल. स्वत:बरोबर मित्र-नातेवाईक, शेजारी यांनाही व्यसनापासून परावृत्त करण्याची मनीषा प्रत्येकाने बाळगणे, हीच खरी आरोग्य चळवळ आणि समाजकार्य ठरू शकते.

❒❒❒

महिलांमधील तारुण्याचा ध्यास

मानवाच्या आयुष्याचे चार टप्पे मानले जातात : बालपण, तारुण्य, प्रौढत्व आणि वार्धक्य. यातल्या तारुण्याची सोपी व्याख्या करताना, बालपण संपून सुरू होणारी आणि काही काळाने प्रौढत्वात रूपांतरित होणारी शारीरिक अवस्था म्हणजे 'तारुण्य' असे म्हटले जाते. २००९मध्ये संयुक्त राष्ट्र महासंघाने तारुण्याची व्याख्या करताना १५ ते २४ हा वयाचा कालखंड म्हणजे 'तारुण्य' असे नमूद केले होते. तारुण्याचा हा काळ देशपरत्वे आणि कालपरत्वे बदलत जातो. आजच्या जगात चौदाव्या वर्षापासून तिसाव्या वर्षांपर्यंतचा काळ तारुण्य समजला जातो.

बालपण संपते आणि तारुण्य सुरू होते. परंतु या काळात शरीरात अनेक बदल होत जातात. हे बदल मुलांमध्ये आणि मुलींमध्ये वेगवेगळे असतात.

मुलींमध्ये होणाऱ्या शारीरिक बदलात –

- कमरेभोवती आणि छातीवर चरबीची वाढ होऊ लागते.
- कमरेच्या हाडांच्या रचनेतही बदल होऊ लागतो. त्यामुळे कंबर गोलाकार दिसू लागते.
- स्तन वाढू लागतात.
- काखेत व जांघेत केस येतात
- मासिक पाळी सुरू होते.
- त्वचा पातळ आणि मुलायम होऊ लागते. चेहऱ्यावरील रक्तप्रवाह वाढतो.

या शारीरिक बदलांप्रमाणे मुलीत मानसिक बदलही होऊ लागतात. यामध्ये –

- मुलगी वयात आल्यानंतर प्रसन्न दिसू लागते.
- तिचा अल्लडपणा कमी होतो.
- मुलांबद्दल आकर्षण वाटू लागते.
- ती लाजाळू बनते.
- तिला आपण अचानक मोठे झाल्यासारखे वाटू लागते.
- तिला नटणे आणि स्वत:ला सजवणे आवडू लागते. आपण आकर्षक बनावे आणि सुंदर दिसावे असे वाटू लागते.

- शरीरात होणाऱ्या बदलांचे आकलन न झाल्याने तिच्यात संभ्रम निर्माण होतात. कित्येकदा हे संभ्रम इतरांशी बोलता न आल्याने ती अबोल बनते. योग्य सल्ला न मिळाल्यास तिची मानसिक घुसमट होऊ शकते.
- अनेक मुलींमध्ये परिचित मुले, नातेवाईक यांच्याबाबत अश्लाघ्य स्वप्ने पडून ती घाबरते. तिच्यात अपराधीपणाची भावना निर्माण होते.

स्त्रियांच्या आयुष्यात होणारे हे बदल मुख्यत्वे इस्ट्रोजेन आणि प्रोजेस्टेरॉन या संप्रेरकांमुळे (हार्मोन्स) होऊ लागतात. ही संप्रेरके स्त्रियांच्या बीजांडकोषातून स्त्रवत असतात. मुलगी १२-१३ वर्षांची झाल्यावर या संप्रेरकांमुळे शरीरातील बदल होऊ लागतात. यात विशेषत: चेहऱ्याचा नितळपणा, स्तनवृद्धी, कमरेचा गोलाकार ही पारंपरिक सौंदर्याची लक्षणे तिच्यात उमटू लागतात. त्यामुळे मुली सुंदर दिसू लागतात.

मात्र, वयाच्या तिशीनंतर हे हार्मोन्स कमी प्रमाणात स्त्रवायला सुरुवात होते. चाळिशीच्या सुमारास ते आणखी कमी होऊन ४५ ते ५० वर्षांच्या दरम्यान त्यांचे प्रमाण कमी होऊन स्त्रीची रजोनिवृत्ती होते आणि वृद्धावस्था सुरू होते. म्हणजे एका अर्थाने वयाच्या तिशीनंतर तिच्या तारुण्याचा ऱ्हास सुरू होऊन चाळिशी-पन्नाशीत ते संपते.

या काळात शरीरात होणाऱ्या विशेष बदलांमध्ये –

- चेहऱ्याचा तुकतुकीतपणा कमी होऊन तो शुष्क दिसू लागतो.
- चेहऱ्यावर सुरकुत्या पडू लागतात.
- केस पांढरे आणि विरळ होऊ लागतात.
- डोळ्यांखाली फुगीरपणा (बॅग्ज) आणि काळी वर्तुळे दिसू लागतात.
- स्तनांचा भरीवपणा कमी होऊन ते ओघळू लागतात.
- शरीराचा बाकदारपणा नष्ट होऊन मान, पाठ वक्राकार बनू लागते.
- कमरेचा घेर वाढून बेढबपणा येऊ लागतो.

बहुसंख्य स्त्रियांना या बदलांबाबत वाईट वाटते, आपले तारुण्य सरल्याचे दु:खही होते. मात्र, ही बदललेली वस्तुस्थिती ७० टक्के स्त्रिया मान्य करतात आणि आपले दैनंदिन जीवन सुरळीतपणे सुरू ठेवतात; २५ टक्के स्त्रिया या तारुण्याच्या हरवलेल्या खुणा परत मिळवण्याचा प्रयत्न करतात, आणि ५ टक्के स्त्रिया चिरतारुण्याचा ध्यास घेत काय वाट्टेल ते करायला तयार होतात. या तिसऱ्या प्रकारात सिनेमा-नाटकातील अभिनेत्री, मॉडेल्स, गर्भश्रीमंत महिला, मीडिया आणि सार्वजनिक क्षेत्रातील स्त्रियांचा समावेश होतो. या तिसऱ्या प्रकारात पाश्चिमात्य जगातील सेलेब्रिटीज मोठ्या प्रमाणात आहेत, त्यात काही निवडक भारतीय महिलांचाही समावेश आहे.

तारुण्य टिकवण्यासाठी केले जाणारे उपाय

वाढते वय लपवण्यासाठी केल्या जाणाऱ्या शस्त्रक्रिया, काही प्रक्रिया आणि औषधोपचार आता 'ॲण्टिएजिंग मेडिसिन' नावाच्या अद्ययावत नव्या वैद्यकीय शाखेमध्ये मोडतात. या शाखेचा विस्तार खरोखर आश्चर्यकारक गतीने वाढत आहे आणि त्यातल्या प्रक्रियांची यादी दिवसेंदिवस वाढतेच आहे.

शस्त्रक्रियांमध्ये प्लास्टिक शस्त्रक्रिया आणि कॉस्मेटिक शस्त्रक्रिया असे दोन मुख्य प्रकार आहेत. हे दोन्ही प्रकार एकमेकांशी निगडित असले तरी,

- प्लॅस्टिक सर्जरी शारीरिक बदलांमुळे बिघडलेल्या भागाचे सामान्य कार्यप्रणाली आणि स्वरूप यांची दुरुस्ती करते आणि त्या भागाच्या पुनर्बांधणीवर केंद्रित असते.
- कॉस्मेटिक शस्त्रक्रियेचे काम त्या व्यक्तीचे दर्शनी रूप वाढवण्यावर केंद्रित असते.

प्लास्टिक सर्जरीद्वारे पुढील गोष्टी बदलून शरीर तरुण बनवण्याचा प्रयत्न केला जातो :

- त्वचा
- शरीरावर पसरलेली अतिरिक्त चरबी किंवा मेदाचे थर
- स्नायू
- हाडे आणि स्नायूबंध (टेन्डन्स आणि लिगामेंट्स)
- मज्जातंतू

या शस्त्रक्रियांमध्ये वृद्धत्वाचे परिणाम दूर करण्यासाठी पुढील गोष्टी महत्त्वाच्या मानल्या जातात :

- सर्वसाधारण जखमा लवकर भरून येणे आणि त्वचेचे दोष दूर करणे
- शरीरातील मुलायम पेशीसमूहांची म्हणजेच ऊतकांची पुनर्रचना
- हाडे आणि स्नायूबंध बरे करणे
- मेंदूच्या आणि पाठीच्या कण्याबाहेर असलेल्या मज्जातंतूंना दुरुस्त करणे
- सूक्ष्म पातळीवरील शस्त्रक्रिया (मायक्रोसर्जरी) करून त्या भागाची पुनर्रचना करणे. यामध्ये खास अद्ययावत ऑपरेटिंग मायक्रोस्कोप आणि इतर उपकरणांचा वापर करून सूक्ष्म रक्तवाहिन्या आणि सूक्ष्म मज्जातंतूच्या जटिल संरचनांची दुरुस्ती केली जाते.

या पद्धतीच्या शस्त्रक्रियांमध्ये पुढील प्रकार समाविष्ट असतात :

- **नेक लिफ्ट :** याला लोअर ऱ्हायटीडेक्टॉमी म्हणतात. वाढत्या वयामुळे तोंडाचा जबडा आणि मान यामधील शारीरिक बदल या शस्त्रक्रियेमध्ये दुरुस्त केले जातात. यात चेहऱ्याच्या खालील भागातील अतिरिक्त चरबी दूर केली जाते. मानेचा ताणलेला भाग सैल केला जातो. गालातील तसेच हनुवटीच्या खालील अतिरिक्त चरबी कमी केली जाते. मानेची त्वचा आणि त्याखालील स्नायू सैल केले जातात. ज्यायोगे वृद्धत्वाची ही लक्षणे दूर होतात.
- **आय लिफ्ट :** याला बीफॅरोप्लास्टी म्हणतात. यात वरच्या पापणीतली लोंबणारी त्वचा दूर केली जाते आणि खालच्या पापणीतला फुगीरपणा काढून टाकला जातो. त्यामुळे डोळे पुनश्च तरुणीसारखे दिसू लागतात.
- **ब्रोलिफ्ट :** वाढत्या वयामध्ये भुवया खाली ओघळतात, तसेच त्वचेचा आणि त्याखालील चरबीच्या मऊ थराचा लवचीकपणा कमी होतो. त्यामुळे भुवया आणि पापण्यांचे केस यांच्यातील अंतर लक्षणीयरीत्या कमी होते. त्यामुळे त्या स्त्रीचा चेहरा एकतर दुःखी, रागावलेला किंवा दमलेला वाटू लागतो. या शस्त्रक्रियेमध्ये ओघळलेल्या किंवा लोंबणाऱ्या भुवया उचलल्या जातात. त्यांच्या बाजूचा डोळ्यांच्या भोवतालचा भाग ताणला जातो. आणि त्याचबरोबर कपाळावरील सैल पडलेली त्वचा, आठ्या आणि इतर दोष दुरुस्त केले जातात. साहजिकच, चेहरा प्रसन्न आणि सुंदर दिसू लागतो.

- 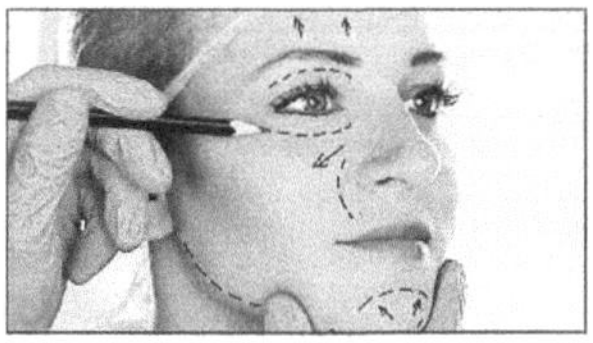

  फेसलिफ्ट : यामध्ये गालावरची आणि जबड्यावरची लोंबती त्वचा कमी करून नैसर्गिक दिसेल अशी ताणली जाते. शिवाय, चेहऱ्याच्या दोन्ही बाजूच्या त्वचेच्या आतील चरबीयुक्त थर कमी करून, ती दोन्ही बाजूस चेहऱ्याच्या मागील बाजूस ताणून बसवली जाते. त्यामुळे चेहऱ्याचा मूळचा आकार पुन्हा प्रस्थापित केला जातो. या शस्त्रक्रियेसोबत नेकलिफ्ट केल्यास संपूर्ण चेहरा बदलून जातो. यात चेहऱ्यावरच्या सूक्ष्म सुरकुत्या जात नाहीत, त्यावर औषधोपचार करून त्या घालवल्या जातात.
- **टमीटक :** यामध्ये पोटाच्या त्वचेखाली जमा झालेल्या अतिरिक्त चरबीमुळे सुटलेल्या पोटाचा आकार बदलून ते सपाट केले जाते. यात चरबीचे थर शस्त्रक्रियेद्वारे काढले जातात आणि पोटाच्या त्वचेखाली टाके घालून आतील थर ताणून सपाट केला जातो. या पद्धतीला लायपो सक्शन म्हणतात.

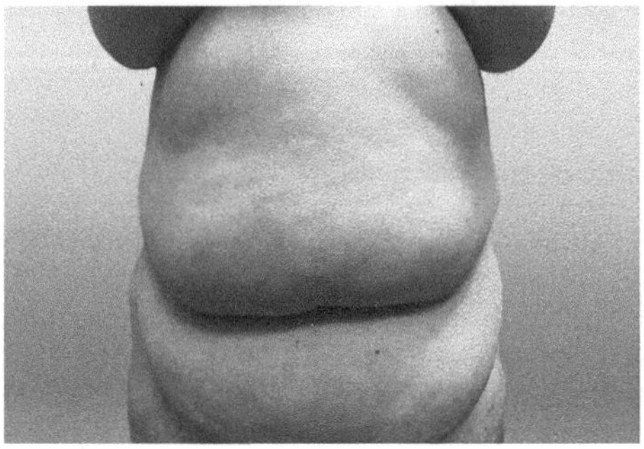
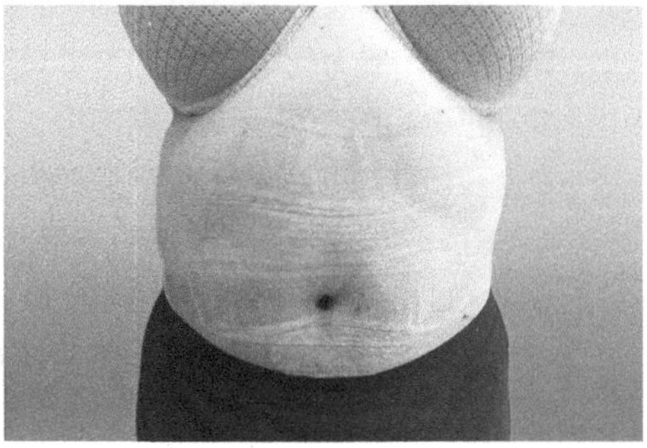

टमीटक

कॉस्मेटिक शस्त्रक्रिया आणि प्रक्रिया

बोटुलिनम टॉक्सिन थेरपी

बोटुलिनम टॉक्सिन बोटॉक्स, डायस्पोर्ट किंवा झेमीन म्हणूनही ओळखले जाते. सामान्यतः बोटुलिनम टॉक्सिन इंजेक्शन्स डोळ्यांच्या कोपऱ्यात, भुवया आणि डोळ्यांभोवतालच्या सुरकुत्यांच्या मध्यभागी दिले जाते. कोपऱ्यातील या सुरकुत्या कावळ्याच्या पायासारख्या विद्रूप दिसतात, म्हणून त्यांना 'क्रो फीट' म्हटले जाते. या इंजेक्शनमुळे त्या सुरकुत्यांच्या खालील स्नायू घट्ट आवळले जाऊन 'क्रो फीट' नष्ट होतात. इंजेक्शन घेतल्यावर आठवड्याभरात सुरकुत्या नाहीशा होतात. इंजेक्शनचा परिणाम तीन ते चार महिने टिकतो.

डर्माब्रेशन

या उपचारात चेहऱ्यावरील सुरकुत्या, वयोमानाप्रमाणे चेहऱ्याच्या त्वचेवर येणारे डाग आणि तीव्र उन्हामुळे झालेली त्वचेची हानी दूर केली जाते. या उपचारामध्ये वेगाने फिरणारा एक विशेष ब्रश वापरला जातो. त्याद्वारे चेहऱ्याच्या छोट्या-छोट्या भागामधील त्वचेचा बाह्यथर खरडून बाजूला केला जातो. काही काळाने त्या भागावर नवीन, नितळ त्वचा पुनर्स्थापित होते. नव्याने येणारी त्वचा काही आठवडे लाल किंवा गुलाबी रंगाची दिसते. उपचारानंतर काही काळ त्यावर सूज येते, नंतर खपल्या धरतात. या उपचाराचा योग्य परिणाम

दिसण्यासाठी काही आठवडे किंवा एक-दोन महिने लागू शकतात. या काळात रुग्णाला आपली बाहेर फिरण्याची कामे बंद ठेवून घरी थांबावे लागते. सहसा एका उपचारानंतर हे दोष निघून जातात. मात्र, चट्टे त्वचेमध्ये खोलवर असतील किंवा वृद्धत्वाची लक्षणे जास्त भागावर असतील तर एकापेक्षा जास्त वेळा डर्माब्रेशन करावे लागते.

मायक्रोडर्माब्रेशन

डर्माब्रेशनप्रमाणेच या उपचारात त्वचेचा सर्वात बाहेरील थर काढून टाकला जातो. परंतु फिरणाऱ्या ब्रशऐवजी, मायक्रोडर्माब्रेशनमध्ये एका विशेष यंत्राद्वारे त्वचेवर लहान कण वेगाने फवारले जातात. यामध्ये डर्माब्रेशनपेक्षा त्वचेचे कमी घर्षण होते. त्यामुळे जखम भरायला खूप कमी वेळ लागतो. त्वचेचा पोत कसाही असला तरी हा उपचार करता येतो. मात्र, याची अनेक सत्रे करावी लागतात. मायक्रोडर्माब्रेशनचा वापर जगात मोठ्या प्रमाणावर केला जातो. परंतु इच्छित परिणाम साध्य करण्यासाठी आपल्याला अनेक सत्रांची आवश्यकता भासू शकते.

केमिकल पील्स

यामध्ये एक विशेष आम्ल वापरून त्वचेचा बाह्यथर सोलला जातो. वयोमानामुळे होणारे डाग आणि सुरकुत्या यामुळे निघून जातात, आणि त्वचा चमकदार बनते. या उपचारानंतर त्वचा बरी होण्यास एक ते दोन आठवडे लागतात. या काळात त्वचा लालसर दिसते. त्वचेला इच्छित स्वरूप येण्यासाठी हा उपचार एकापेक्षा जास्त वेळासुद्धा करावा लागतो.

फ्रॅक्शनल लेझर स्कीन रीसर्फेसिंग

या उपचारामध्ये त्वचेच्या छोट्या-छोट्या भागांवर उपचार करण्यासाठी एक विशेष लेझर उपकरण वापरले जाते. लेझरयोगे त्वचेचे खोलवरील थर नष्ट केले जातात आणि त्यायोगे त्वचेच्या पेशींची वाढ उत्तेजित केली जाते. दोष असलेला त्वचेचा वरचा थर निघून जाऊन नवी नितळ, तरुण त्वचा निर्माण होते. फ्रॅक्शनल लेसर स्कीन रीसर्फेसिंगमुळे त्वचेवरील सुरकुत्या आणि सूक्ष्म रेघा दूर करता येतात. या उपचारानंतर बरे व्हायला वेळ कमी लागतो. पण, यातही थोडासा लालसरपणा, वेदना, खपल्या पडणे असा त्रास होऊ शकतो. इच्छित परिणाम येण्यासाठी याची अनेक सत्रेही करावी लागतात.

डर्मल फीलर्स

कोलॅजन, हायल्यूरॉनिक ॲसिड जेल आणि चरबी असे पदार्थ त्वचेवरील सुरकुत्या आणि रेषा दूर करण्यासाठी टोचले जातात. साधारणतः ओठ, चेहरा आणि हात यांच्या उपचारांसाठी फीलर वापरतात. बहुतेकदा हा उपचार केल्यावर फार वेळ न जाता परिणाम लगेच दिसतात. याचा परिणाम दोन महिन्यांपासून तीन वर्षांपर्यंत राहतो. रुग्णाच्या स्वतःच्या चरबीची इंजेक्शन्स दिल्यास हा परिणाम एक ते तीन वर्षे टिकतो. कोलॅजेनचा परिणाम मात्र सर्वात कमी दिवस टिकतो.

नॉनॲब्लेटिव्ह स्कीन रीजुव्हीनेशन

सुरकुत्या, वयोमानामुळे त्वचेवर येणारे डाग, आणि त्वचेची तुकतुकी कमी होणे अशा त्रासांवर उपचार करण्यासाठी या पद्धतीत लेझर आणि इतर प्रकारच्या ऊर्जेचा वापर केला जातो. यामध्ये त्वचेचा बाह्यथर काढून टाकला जात नाही, आणि आपणास सामान्यतः बरे होण्यासाठी फारसा वेळही लागत नाही. यामध्ये

सर्वोत्तम परिणाम साध्य करण्यासाठी उपचारांची आवश्यकता अनेक सत्रांत लागू शकते. अपेक्षित परिणाम पूर्ण दिसायला काही महिने लागू शकतात.

उपचारांचे दुष्परिणाम

- उपचारांनंतर आपल्या सर्व सुरकुत्या किंवा रेघा नष्ट होत नाहीत.
- अँटी रिंकल्स इंजेक्शन्समुळे त्वचेच्या संवेदना आणि स्नायू नियंत्रण जाते. यातून मानसिक अस्थिरपणा, तीव्र चिंता आणि नैराश्य येण्याची शक्यता असते.
- **औषधांना प्रतिरोध :** अँटी रिंकल इंजेक्शन्स ही विशेष प्रकारच्या प्रथिनांची संयुगे असतात. त्यामुळे रोगप्रतिकारक शक्ती प्रतिपिंडांना दबवतात. त्यामुळे या औषधांना प्रतिरोध निर्माण होतो. त्यानंतर औषधांचे कार्य मंदावते.
- **अभिव्यक्ती नष्ट होणे :** या उपचारांनी चेहऱ्यावरील सुरकुत्या जरूर कमी होतात; पण त्याच वेळेस एखादी भावना व्यक्त करताना चेहऱ्यामध्ये जो बदल केला जातो, तो होत नाही. त्यामुळे भावनांची अभिव्यक्ती करणे अशक्य होते.
- **स्नायू कमकुवत होतात :** या उपचारात अनेकदा चेहऱ्याचे स्नायू थिजवले जातात. त्यांचे आकुंचन-प्रसरण योग्यपणे होत नाही. त्यामुळे ते कमकुवत होऊ लागतात, त्यांची वेगाने झीज होऊ लागते. परिणामतः ते पुन्हा लोंबू लागतात.
- **खर्चीक :** तरुण दिसण्यासाठी लागणारी प्लास्टिक सर्जरी, कॉस्मेटिक सर्जरी किंवा सुरकुत्या घालवण्याच्या इंजेक्शन्स यांचा खर्च वारेमाप असतो. शिवाय, त्या पुनःपुन्हा कराव्या लागतात. तसेच जगात सर्वत्र वैद्यकीय विम्यामध्ये त्यांचा समावेश केला जात नाही.

आजकाल सर्वत्र या पद्धतीचे उपचार करणारी अनेक प्रमाणित आणि अप्रमाणित केंद्रे दिसून येतात. वर्तमानपत्रे आणि मीडियामध्ये त्यांच्या जाहिराती केल्या जातात. या उपचाराने बरे वाटेल अशी खात्री नसते. उपचारात चूक झाल्यास तारुण्य तर दूरच; पण कायमची विद्रुपता पदरी पडू शकते. साहजिकच, हे उपचार घेण्यापूर्वी अधिकृत त्वचारोगतज्ज्ञ डॉक्टरांचा सल्ला घेणे अत्यावश्यक असते.

तारुण्य टिकवण्यासाठी नैसर्गिक उपाय

- **आहार :** यामध्ये पुढील अन्नघटकांवर भर द्यावा :
  - अ जीवनसत्त्वे असलेल्या गोष्टींचा आहारात समावेश हवा. म्हणजे गाजर, टोमॅटो, आंबा, पपई, मासे इत्यादी.
  - ड जीवनसत्त्वदेखील महत्त्वाचे असते. ते सूर्यप्रकाशात वावरल्याने मिळते. दूध, अंडी, मांसाहार तसेच सीताफळ, रामफळ अशा फळांत ते जरूर मिळते.
  - प्रथिनांचा योग्य समावेश आवश्यक असतो. अंडी, चिकन, मटन यातून तो मिळतोच; पण शाकाहारी व्यक्तींनी डाळी, मोड आलेली धान्ये, कडधान्ये, सोयाबीन, टोफू यांचा आहारात नियमित समावेश ठेवावा.
  - ओमेगा-३ फॅटी ॲसिड असलेले मासे त्वचेच्या आरोग्याला आणि नितळपणा निर्माण व्हायला उपयुक्त ठरतात. अक्रोड, बदाम यांचे सेवन नियमितपणे करावे.

- **वजनवाढ टाळावी :** नियमित व्यायाम आणि योग्य प्रमाणात आहार घ्यावा. अधिक तेलकट पदार्थ, साखर असलेले पदार्थ, अतिगोड पदार्थ टाळावेत.
- **त्वचेची आर्द्रता कायम राखा :** पाणी आणि सरबते, ताज्या फळांचे रस नियमित घ्यावेत. साधारणतः दिवसातून तीन लीटर पाणी आणि इतर द्रव पदार्थ घेतल्यास त्वचा मऊ आणि ओलसर राहते, कोरडी पडत नाही. कोरड्या त्वचेला लवकर सुरकुत्या पडतात.
- **झोप :** नियमित वेळी आणि नियमित काळ झोप घेणे हे आरोग्यासाठीच नव्हे; तर शरीर आणि मन तरुण राहण्यासाठी आवश्यक असते. अनेक संशोधनातून हे सिद्ध झाले आहे की, खूप जागरणे करणाऱ्या व्यक्ती लवकर वृद्ध दिसू लागतात.
- **कडक उन्हात जाणे टाळा :** तीव्र सूर्यप्रकाशातील अतिनील किरणांमुळे त्वचेची हानी होऊन चेहरा अकाली प्रौढ दिसू लागतो. उन्हात जाताना डोक्यावर टोपी, छत्री, हातांसाठी मोजे तसेच सनकोट वापरावा. सनस्क्रीन लोशन वापरावे. सूर्यस्नान करण्याचे टाळावे.
- **आंघोळ आणि शारीरिक स्वच्छता :** व्यायामानंतर नियमितपणे आंघोळ करावी. त्यामुळे त्वचेवरील मृतपेशी काढून टाकल्या जातात. आतील त्वचा जास्त नितळ होते. मात्र, आंघोळीदरम्यान खूप कडक किंवा तीक्ष्ण ब्रश वापरून अंग घासणे (स्क्रब) टाळावे. आंघोळीसाठी गार पाणी वापरणे त्वचेच्या दृष्टीने उपयुक्त असते.
- **धूम्रपान टाळावे :** धूम्रपान करणाऱ्या व्यक्ती लवकर वृद्ध दिसू लागतात.
- **मसाज :** शरीरातील रक्ताभिसरण सुधारण्याकरिता आठवड्यातून किंवा १५ दिवसांतून एकदा तरी शास्त्रोक्त मसाज करून घेतल्यास रक्ताभिसरण सुधारून तणावाचे शारीरिक परिणाम कमी होऊ शकतात.
- **दीर्घ श्वसन :** दररोज सकाळी प्राणायाम, दीर्घ श्वसन असे श्वसनाचे व्यायाम करावेत. त्यामुळे फुप्फुसात अधिक प्राणवायू जाऊन शारीरिक तसेच हृदयाची तंदुरुस्ती वाढू शकते. ताणतणावाचे शारीरिक दुष्परिणाम कमी होतात.
- **मेडिटेशन :** ध्यानधारणा किंवा मेडिटेशन केल्यास एकाग्रता वाढते, ताणतणाव मर्यादित होऊ शकतो.

थोडक्यात सांगायचे तर, तारुण्य सरल्यावर येणारी प्रौढावस्था आणि त्यानंतरचे वृद्धत्व हे निसर्गाचे कालचक्र असते. ते उलटे फिरवून चिरतारुण्याचा हव्यास धरणे चुकीचे असते. आयुष्यातील प्रत्येक टप्प्याला एक वेगळे महत्त्व असते. त्यातील बदल आपण स्वीकारून पुढे जायचे असते. सृष्टीचे रहाटगाडगे कृत्रिम गोष्टींनी मागे फिरवून काही काळ आपण वरवर तरुण दिसू शकू; पण त्यातून उद्भवणारे त्रासही अपरिमित असू शकतात. त्याऐवजी निसर्गाची आज्ञा मानून आपली जीवनशैली सुधारून आहार, व्यायाम आणि विश्रांती ही मूलभूत आरोग्याची तत्त्वे पाळली तर जीवन अधिक सुखी आणि समाधानी होऊ शकते.

❑❑❑

9789389834574
FCW - #0289 - 061026 - C0 - 246/170/6 - PB - 9789389834574 - Gloss Lamination